Impressum
Verlag: BABADADA GmbH, Nedderfeld 112 , 22529 Hamburg
Geschäftsführer / Verlagsleitung: Harald Hof
Druck: Books on Demand GmbH, In de Tarpen 42, 22848 Norderstedt

Imprint
Publisher: BABADADA GmbH, Nedderfeld 112 , 22529 Hamburg, Germany
Managing Director / Publishing direction: Harald Hof
Print: Books on Demand GmbH, In de Tarpen 42, 22848 Norderstedt

学校

ilé-ìwé

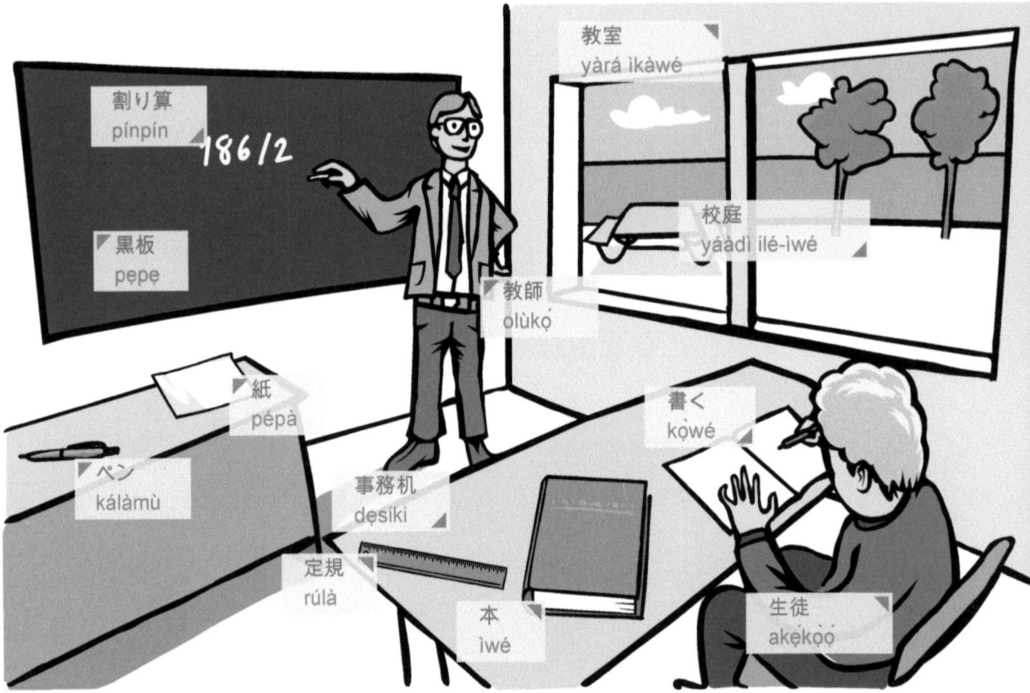

教室
yàrá ìkàwé
割り算
pínpín
186/2
黒板
pẹpẹ
校庭
yáàdì ilé-ìwé
教師
olùkọ́
紙
pépà
書く
kọ̀wé
ペン
kálàmù
事務机
dẹsiki
定規
rúlà
本
ìwé
生徒
akẹ́kọ̀ọ́

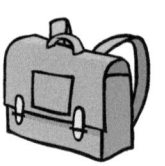

ランドセル

ọ̀rá

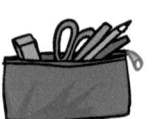

筆入れ

àpò pẹnsuru

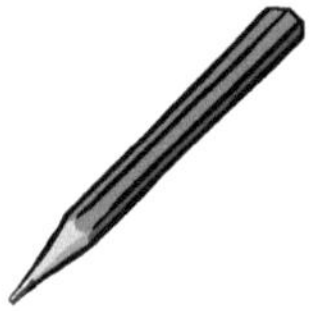

鉛筆

pẹnsuru

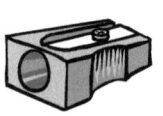

鉛筆削り

olùgbẹ́ pẹnsuru

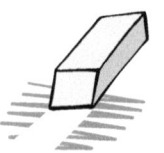

消しゴム

rọ́bà

スケッチブック

bọ́tìnnì yíyàwòrán

スケッチ

yíyàròwán

絵筆

buroṣi ọdà

絵の具箱

àpótí ọdà

はさみ

sisọsi

接着剤

gúlù

練習帳

ìwé iṣẹ́

宿題

iṣẹ́ àmúrelé

12

数

nọ́mbà

2+2

足し算

àfikún

5-2

引き算

àyọkúrò

2×2

かけ算

ìsọdipúpọ̀

計算する

ṣírò

A

文字

lẹ́tà

ABCDEFG
HIJKLMN
OPQRSTU
VWXYZ

アルファベット

alábídí

単語

ọ̀rọ̀ sísọ

テキスト

òrò kíkọ

読む

kàwé

チョーク

ṣọọkì

授業

ìkẹ̀kọ̀ọ́

学級日誌

forúkọsílẹ̀

試験

ìdánwo

通知表

ìwé-ẹ̀rí

制服

aṣọ ilé-ìwé

教育

ẹ̀kọ́

百科事典

ìwé ìmọ̀

大学

yunifasiti

顕微鏡

ẹ̀rọ gbohùngbohùn

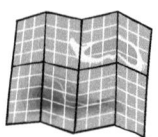

地図

àwòrán àgbáyé

ごみ箱

agbọn ìdalẹ̀nù

旅行

ìrìn àjò

ホテル
ilé ìtura
Grand
ホステル
ibùgbé akẹ́kọ̀ọ́
両替所
ibi ìpàrọ̀ owó
スーツケース
àpótí ọwọ́
自動車
ọkọ̀ ayọ́kẹ́lẹ́

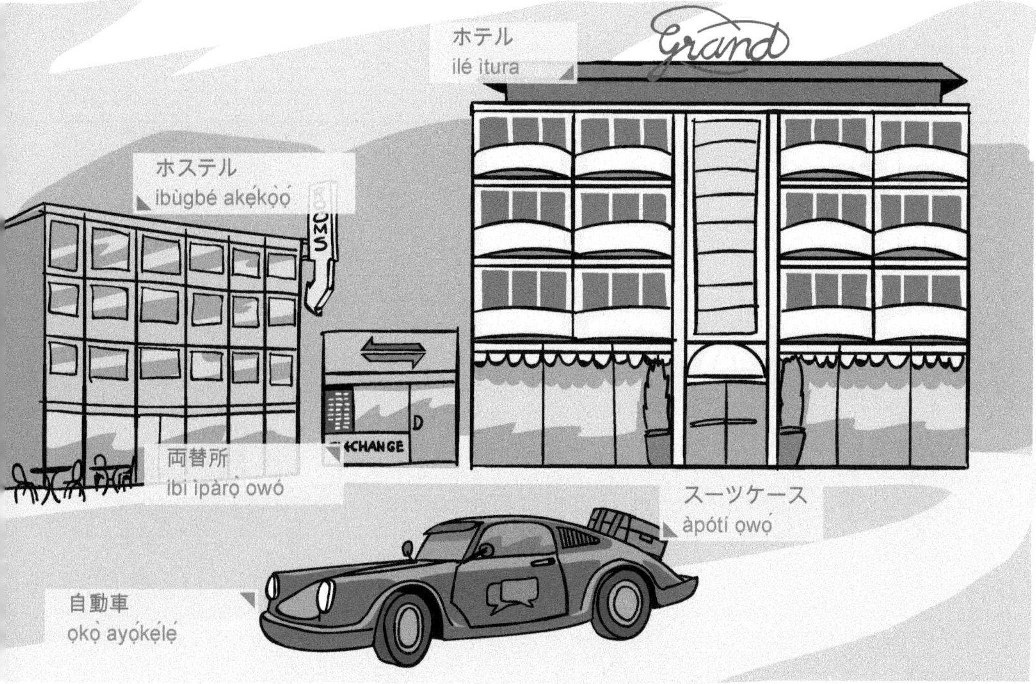

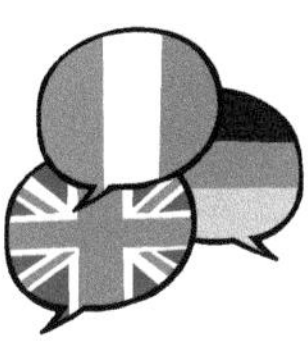

言語

èdè

はい / いいえ

bẹ́ẹ̀ni / bẹ́ẹ̀kọ́

問題ない

Ó dára

ハロー

ẹpẹ̀lẹ́

翻訳者

olùtúmọ̀ èdè

ありがとう

O ṣeun

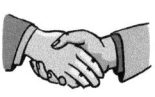

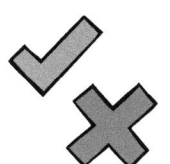

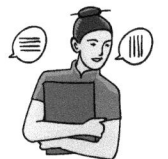

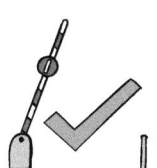

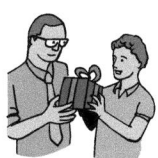

...はいくらですか？

èló ni...?

わかりません

Kò yé mi

問題

ìṣòro

こんばんは！

Ẹ káalẹ́!

おはようございます！

Ẹ kaarọ!

おやすみなさい！

Ẹ káalẹ́!

さようなら

ódìgbà

方向

ìtọ́ni

手荷物

ẹrù-ẹni

バッグ

báàgì

リュックサック

àpò ẹ̀yìn

お客様

àlejò

部屋

yàrá

寝袋

báàgì ibùsùn

テント

àgọ́

旅行者情報

àlàyé arìnrin àjò

ビーチ

òkun

クレジットカード

káàdì arópò owó

朝食

oúnjẹ àárọ̀

昼食

oúnjẹ ọ̀sán

夕食

oúnjẹ alẹ́

チケット

tikẹti

エレベーター

ìgbésókè

スタンプ

èdìdí

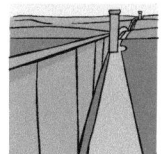

境界

àlà

税関

àwọn àṣà

大使館

ibi iwé ìrìnà

ビザ

fisa

パスポート

ìwé ìrìnà

旅行 - ìrìn àjò

7

輸送

ọkọ̀

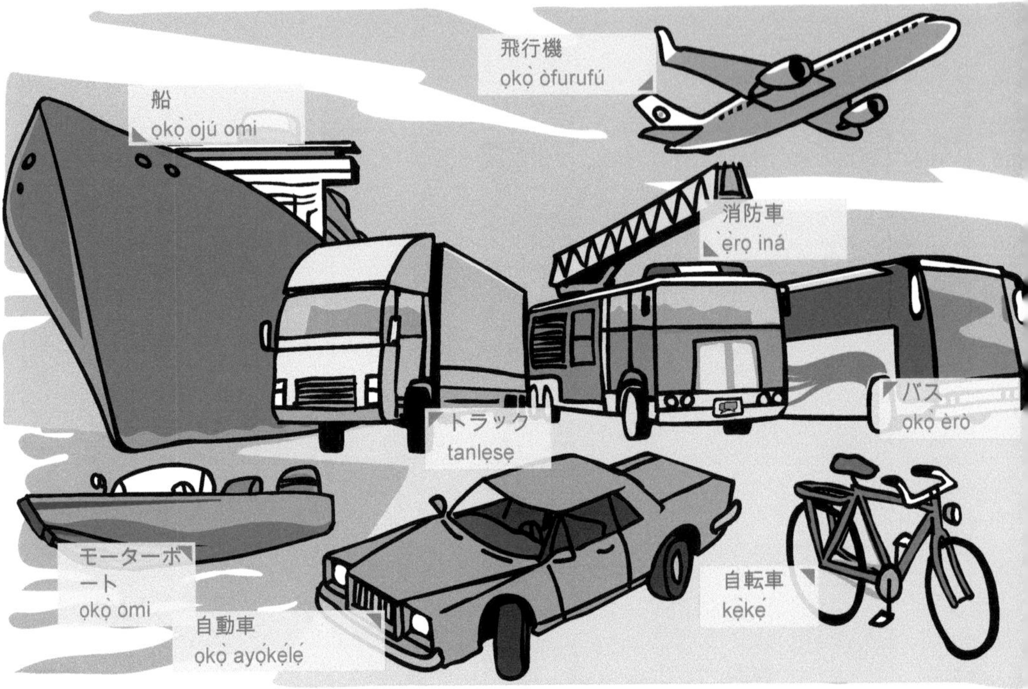
飛行機
ọkọ̀ òfurufú
船
ọkọ̀ ojú omi
消防車
ẹ̀rọ iná
バス
ọkọ̀ èrò
トラック
tanlẹ̀ṣẹ
モーターボート
ọkọ̀ omi
自動車
ọkọ̀ ayọ́kẹ́lẹ́
自転車
kẹ̀kẹ́

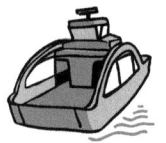

フェリー

ọpán

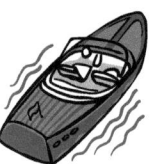

ボート

ọpọ́n ojú omi

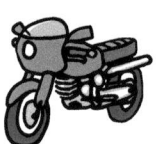

バイク

atapùpù

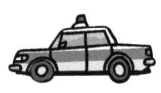

パトカー

ọkọ̀ ọlọ́pàá

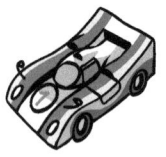

レーシングカー

ọkọ̀ ìsáré

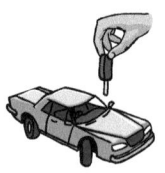

レンタカー

ọkọ̀ yíyá

カーシェアリング

àpínlò ọkọ̀

レッカー車

ìgbọ́kọ̀

ごみ収集車

ọkọ̀ dída ilẹ̀ nù

モーター

manto

燃料

epo

ガソリンスタンド

ilé epo

交通標識

àmì ìwakọ̀

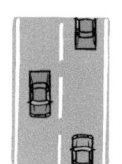

交通

iwakọ̀

渋滞

súnkẹrẹ

駐車場

ibi ìgbọ́kọ̀sí

駅

ibùdókọ̀ ojú irin

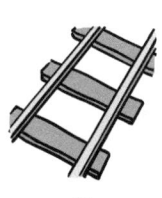

道

àwọn òpópó

列車

ọkọ̀ ojú irin

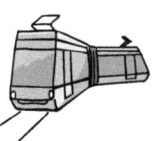

路面電車

ọkọ̀ ori ilẹ̀

車両

ẹrù

ヘリコプター

ẹlikọputa

空港

ibùdókọ̀ òfurufú

タワー

òpó

乗客

èrò

コンテナ

ibi ìpamọ́

段ボール箱

katun

カート

apẹ̀rẹ̀

カゴ

agbòn

離陸 / 蒼陸

gbéra / balẹ̀

都市
ìlú

村

abúlé

都心

àárín ìlú

家

ilé

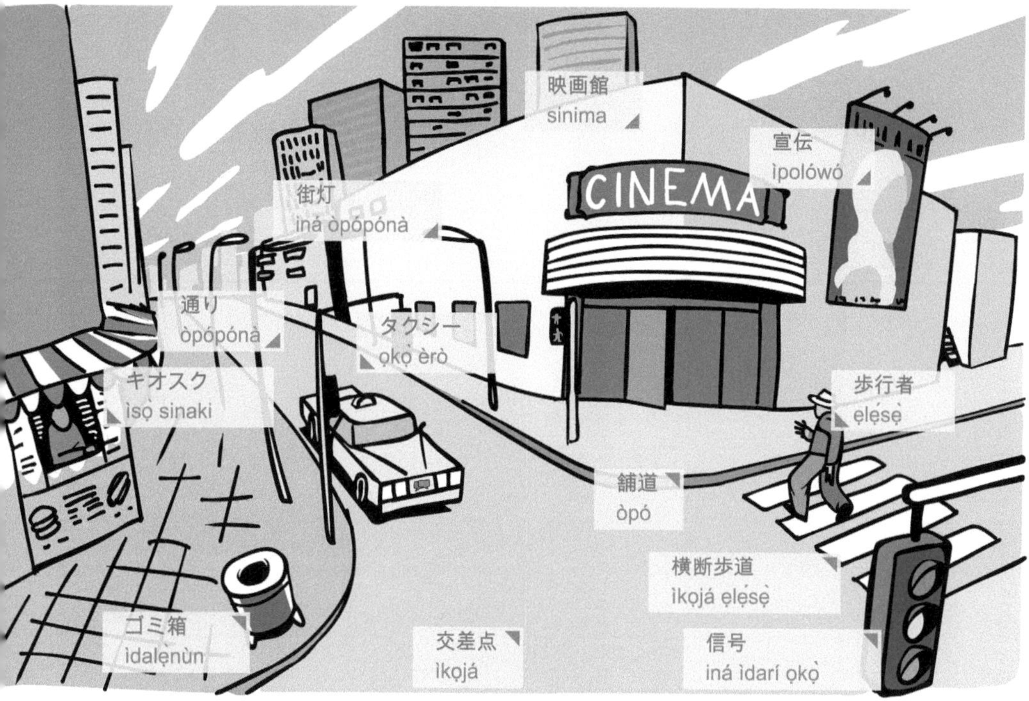

映画館
sinima
宣伝
ìpolówó
CINEMA
街灯
iná òpópónà
通り
òpópónà
タクシー
ọkọ̀ èrò
キオスク
ìsọ̀ sinaki
歩行者
ẹlẹ́sẹ̀
舗道
òpó
横断歩道
ìkọjá ẹlẹ́sẹ̀
ゴミ箱
ìdalẹ̀nùn
交差点
ìkọjá
信号
iná ìdarí ọkọ̀

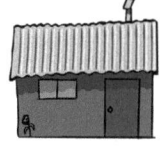

小屋

abà

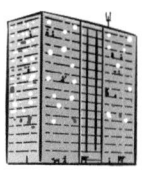

アパート

filati

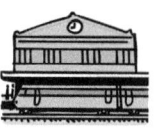

駅

ibùdókọ̀ ojú irin

市役所

ojúde

MUSEUM

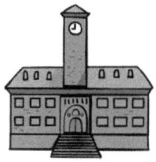

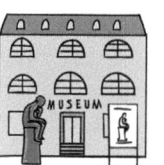

美術館

musiọmu

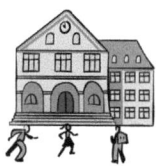

学校

ilé-ìwé

大学
yunifasiti

銀行
ilé ìfowópamọ́

病院
ilé ìwòsàn

ホテル
ilé ìtura

薬局
olùta ògùn

オフィス
ọfisi

書店
ìsọ̀ ìwé

ショップ
ìsọ̀

花屋
òdòdó

スーパーマーケット
ibi ìtajà

市場
ọjà

デパート
ibi ẹka iṣẹ́

魚屋
ibi ẹja

ショッピングセンター
ibi ìrajà

港
bèbè omi

公園
ibi ìgbafẹ́

ベンチ
àga

橋
afárá

階段
àgàsọ̀

地下鉄
abẹ́ ilẹ̀

トンネル
ihò ilẹ̀

バス停
ibùdókọ̀

バー
ilé ọtí

レストラン
ilé oúnjẹ

ポスト
àpótí ìfiwéránṣẹ́

道路標識
àmì òpópónà

パーキングメーター
mita ìgbọ́kọ̀sí

動物園
ibi ẹranko

スイミングプール
ibi ìwẹ

モスク
mọ́sálásí

農場

oko

汚染

idọtí

墓地

ibi ìsìnkú

教会

ilé ijọsìn

遊び場

ibi ìṣeré

寺

tẹmpili

風景

ẹlẹ́bùú

葉
ewé

道標
ajúwe

道
ọnà

草地
ilẹ̀ koríko

石
òkúta

木
igi

ハイカー
olùrìn

川
odò

草
kóriko

花
òdòdó

谷

kòtò

山

òkè

湖

adágún omi

森

aginjù

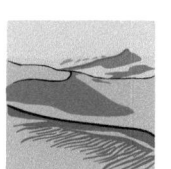

砂漠

aṣálẹ̀

火山

ilẹ̀ ríru

城

ibùgbé

虹

òṣùmàrè

キノコ

esun

ヤシの木

ọ̀pẹ

蚊

ẹ̀fọn

ハエ

eṣinṣin

蟻

kòkòrò

ミツバチ

oyin

クモ

alantakun

カブトムシ

làbọnlàbọn

蛙

ọpọlọ

リス

ọ̀kẹ́rẹ́ ńlá

ハリネズミ

sẹ́sẹ́

ウサギ

ọ̀kẹ́rẹ́

フクロウ

òwìwí

鳥

ẹyẹ

白鳥

pẹ́pẹ́yẹ ńlá

雄豚

ẹlẹ́dẹ́ igbó

鹿

àgbọnrín

ヘラジカ

àgbọ̀nrín ńlá

ダム

adágún

風力タービン

ọ̀pá afẹ́fẹ́

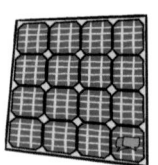

ソーラーパネル

panẹẹ̀lì òrùn

気候

ojú-ọjọ́

レストラン
ilé oúnjẹ

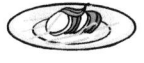

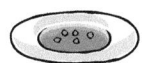

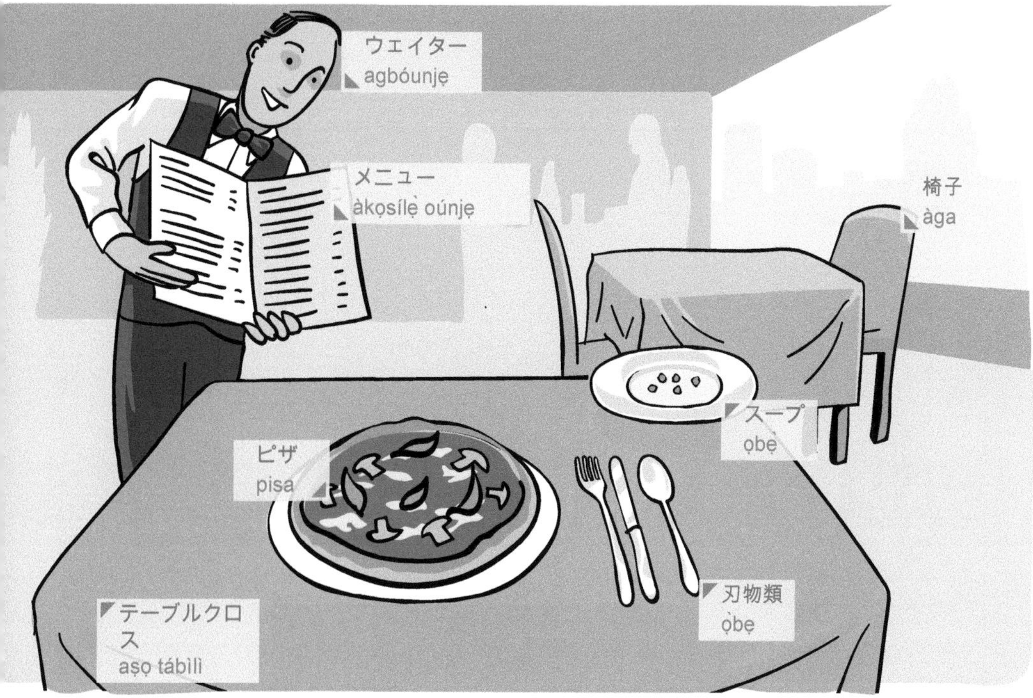
ウェイター
agbóunjẹ
メニュー
àkọsílẹ̀ oúnjẹ
椅子
àga
スープ
ọbẹ̀
ピザ
pisa
刃物類
ọ̀bẹ
テーブルクロス
aṣọ tábìlì

前菜

ìpanu

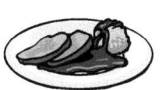

メインコース

oúnjẹ gangan

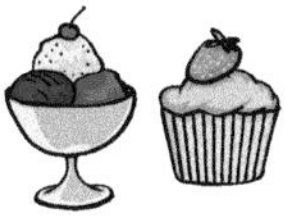

デザート

ìpanu lẹ́yin oúnjẹ

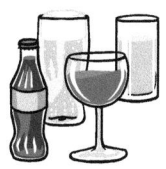

飲み物

ohun mímu

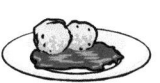

食べ物

oúnjẹ

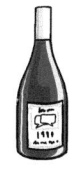

ボトル

ìgò

ファストフード

oúnję kíá

屋台の食べ物

oúnję òpópónà

ティーポット

abọ́ tii

砂糖入れ

abọ ṣúgà

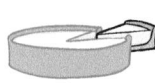

一人前

ìpín

エスプレッソマシン

`ẹ̀rọ ẹsipiręso

幼児用食事椅子

àga gíga

請求書

ináwó oṣoṣù

トレー

tire

ナイフ

ọ̀bẹ

フォーク

fọ́ọkì

スプーン

ṣíbí

ティースプーン

ṣíbí tii

ナプキン

pépà inuwọ́

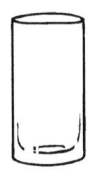

グラス

gilasi

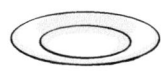

皿
abọ́

スープ皿
abọ́ ọbẹ̀

受け皿
pẹlẹbẹ

ソース
ọbẹ̀

塩入れ
kòkò iyọ̀

ペッパーミル
ìlọta

酢
fẹniga

油
òróró

スパイス
èròjà

ケチャップ
kẹsọpu

マスタード
mọsitadi

マヨネーズ
mayonesi

スーパーマーケット

ibi ìtajà

特価品
ẹ̀dínwó
顧客
oníbàárà
乳製品
wàrà
ショッピング・カート
ọmọlanke
果物
èso
FOR

BUTCHERS

肉屋

alápatà

BAKERY

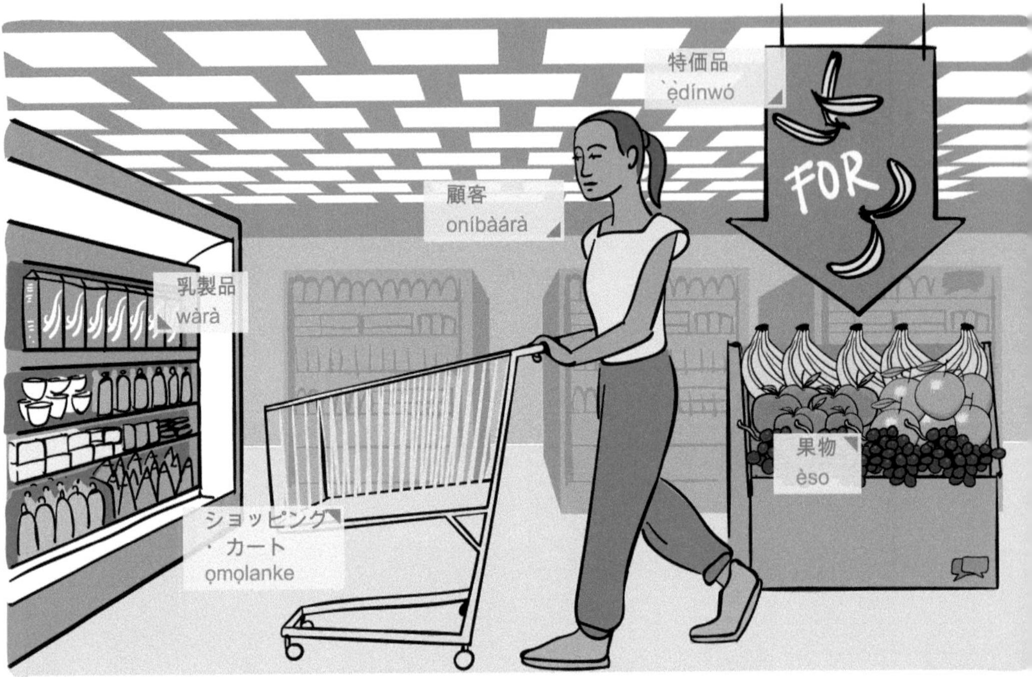

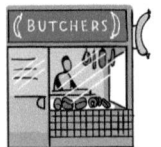

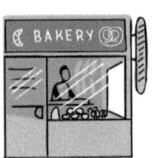

パン屋

beka

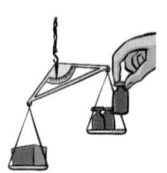

重さをはかる

wọ̀n

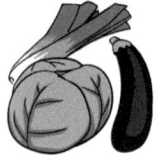

野菜

ewébẹ̀

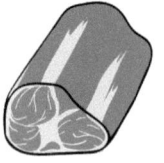

肉

ẹran

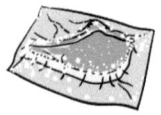

冷凍食品

oúnjẹ dídì

冷肉の薄切り
ẹran tútù

缶詰食品
oúnjẹ agolo

洗剤
ọṣẹ ìfọṣọ

菓子
àdìndùn

家庭用品
àgbéjáde ẹbí

清掃用品
ohun ìtọ́jú

販売員
olùtajà

現金箱
tili

レジ係
akawó

買い物リスト
àkójọ ìrajà

開館時刻
wákàtí ìbẹ̀rẹ̀

財布
ìpamọ́

クレジットカード
káàdì arópò owó

バッグ
báàgì

ポリ袋
báàgì ọrá

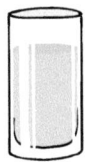

水

omi

ジュース

omi èso

牛乳

wàrá

コーラ

koki

ワイン

waini

ビール

bia

アルコール

ọtí líle

ココア

kòkó

紅茶

tii

コーヒー

kọfí

エスプレッソ

ẹsipirẹso

カプチーノ

kapusino

バナナ

ọ̀gẹ̀dẹ̀

リンゴ

apu

オレンジ

ọsàn

メロン

ẹ̀gúsí

レモン

òronbò

ニンジン

karọti

ニンニク

galiki

竹

ọparun

玉ねぎ

àlùbọ́sà

キノコ

esun

ナッツ

ẹ̀pà

ヌードル

nodu

スパゲッティ

sipajẹti

米

ìrẹsì

サラダ

saladi

フライドポテト

ìpanu

フライドポテト

ànàmọ́ díndín

ピザ

pisa

ハンバーガー

bọ́gà

サンドウィッチ

sanwiṣi

カツレツ

ẹran sísun

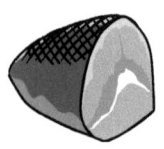

ハム

ẹsẹ̀ ẹlẹ́dẹ̀

サラミ

salami

ソーセージ

sọseji

鶏肉

ẹran ẹdìyẹ

焼き

sun

魚

ẹja

麦のお粥

oti pọreji

ムーズリ

musẹli

コーンフレーク

confulakisi

小麦粉

iyẹfun

クロワッサン

kirosanti

ロールパン

rolu búrẹdì

パン

burẹdi

トースト

dín

ビスケット

bisikiti

バター

bọ́tà

カッテージチーズ

kọdu

ケーキ

keki

卵

ẹyin

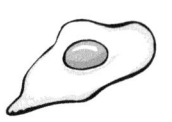

目玉焼き

ẹyin díndín

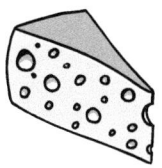

チーズ

ṣiṣi

アイスクリーム

aisi kirimu

砂糖

ṣúgà

はちみつ

oyin

ジャム

jamu

ヌガークリーム

àfira ṣokoleti

カレー

kọri

農場

oko

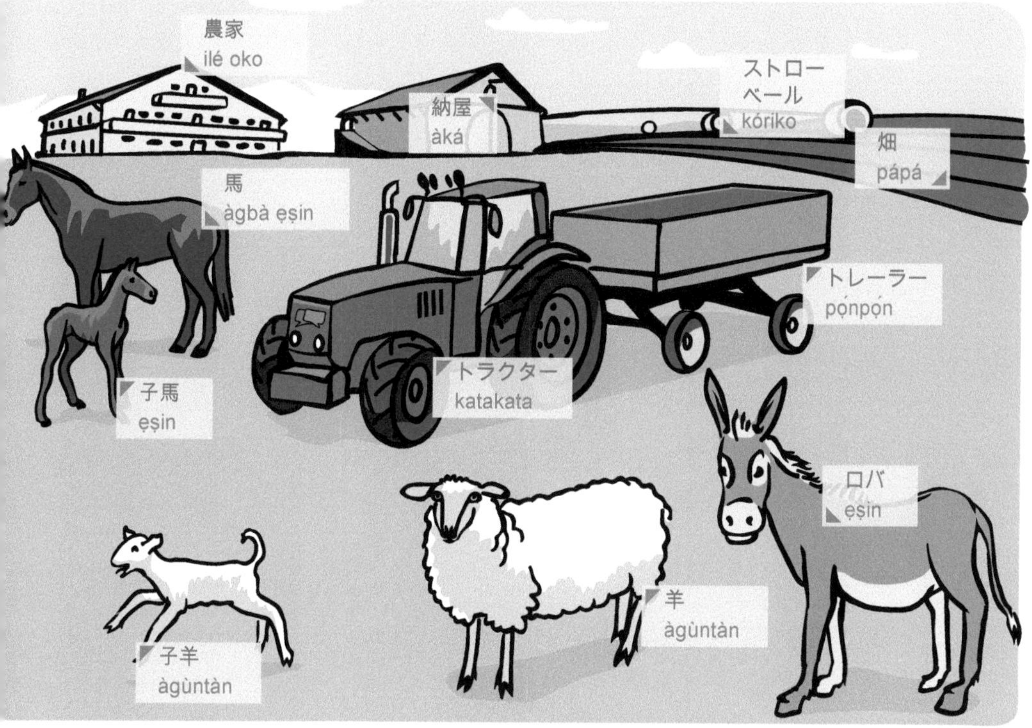

農家
ilé oko
納屋
àká
ストロー
ベール
kóriko
畑
pápá
馬
àgbà ẹṣin
トレーラー
pọ́npọ́n
トラクター
katakata
子馬
ẹṣin
ロバ
ẹṣin
羊
àgùntàn
子羊
àgùntàn

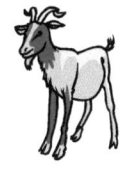

ヤギ

ewúrẹ́

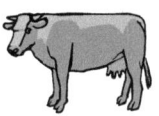

雌牛

máàlù

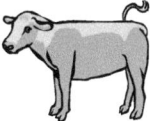

子牛

ọ̀dọ́ àgùntàn

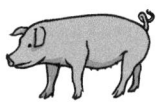

豚

ẹlẹ́dẹ̀

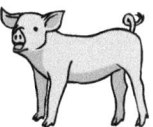

子豚

ọmọ ẹlẹ́dẹ̀

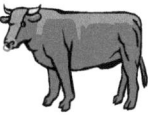

雄牛

àgbò

ガチョウ

ọmọ pẹ́pẹ́yẹ

アヒル

pẹ́pẹ́yẹ

ひよこ

ọmọ adìyẹ

にわとり

adìyẹ

おんどり

àkùkọ

ネズミ

ẹ̀kúté

猫

olóngbò

ねずみ

eku

雄牛

kẹ́tẹ́kẹ́tẹ́

犬

ajá

犬小屋

ilé ajá

散水ホース

ọ̀pá ọgbà

じょうろ

abọ́ omi

大鎌

scythe

すき

ọkọ̀ irúgbìn

草刈り鎌

abẹ oko

くわ

ọkọ́

堆肥用フォーク

irinsẹ kóriko

斧

àáké

手押し車

wilibaro

かいばおけ

àgbá

牛乳缶

abọ́ wàrà

袋

àpò

フェンス

ògiri

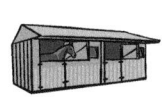

畜舎

pẹpẹ oko

温室

ibi ìdáko

土壌

ilẹ̀

種

irúgbìn

肥料

ajílẹ

コンバイン

àkópọ̀ olùkórè

収穫する

ìkórè

収穫

ìkórè

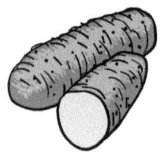

ヤマイモ

işu

小麦

bàbà

大豆

soya

じゃがいも

ànàmọ

トウモロコシ

àgbàdo

菜種

irúgbìn rapu

果樹

igi èso

キャッサバ

ẹgẹ́

穀物

jéró

煙突
ihò èfin

屋根
àjà òkè

排水管
òpá asẹ́

窓
fèrèsé

車庫
ibi ìgbọ́kọ̀sí

呼び鈴
aago ẹnu ọ̀nà

ドア
ilẹ̀kùn

ゴミ箱
ìdalẹ̀nùn

郵便受け
àpótí lẹ́tà

庭
ọgbà

リビングルーム

yàrá ìgbé

浴室

ilé ìwẹ̀

台所

ilé ìdáná

寝室

yàrá ìbùsùn

子供部屋

yàrá ọmọdé

ダイニング・ルーム

yàrá ijẹun

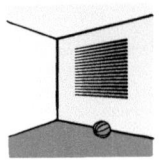

床
ilẹ̀

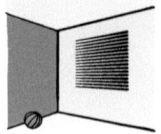

壁
ògiri ilé

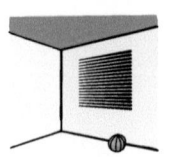

天井
àjà

地下貯蔵庫
sẹla

サウナ
sauna

バルコニー
ọ̀dẹ̀dẹ̀

テラス
ọ̀nà

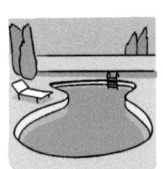

プール
ibi ìwẹ̀

芝刈り機
ẹ̀rọ ìgéko

シーツ
ojú-ewé

ベッドカバー
aṣọ orí ibùsùn

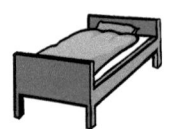

ベッド
ibùsùn

ほうき
ọwọ̀

バケツ
garawa

スイッチ
yípo

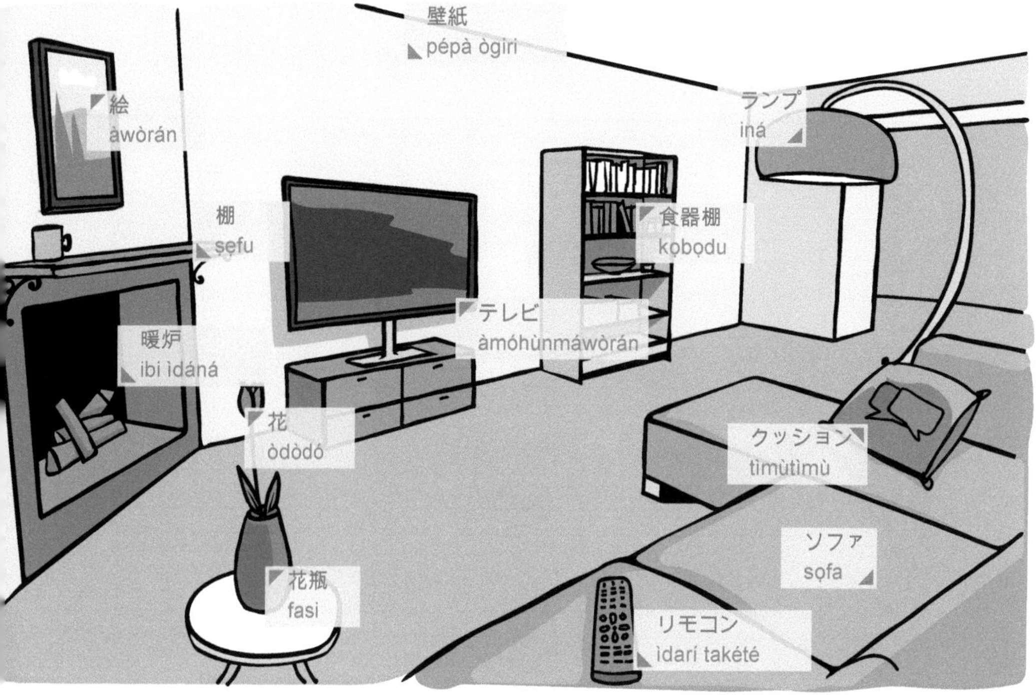

壁紙
pépà ògìrì

絵
àwòrán

ランプ
iná

棚
sẹfu

食器棚
kọbọdu

暖炉
ibi ìdáná

テレビ
àmóhùnmáwòrán

花
òdòdó

クッション
tìmùtìmù

花瓶
fasi

ソファ
sọfa

リモコン
idarí takété

カーペット

kapẹti

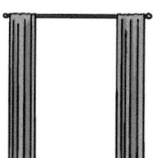

カーテン

kọtini

テーブル

tábìlì

椅子

àga

ロッキングチェア

àga amìtìti

ひじ掛け椅子

àga ọlọ́wọ́

本
ìwé

毛布
aṣọ ìbora

飾り
ọ̀ṣọ́

たきぎ
igi ìdáná

映画
fíìmù

ステレオ
irinṣẹ hi-fi

鍵
kọ́kọ́rọ́

新聞
ìwé ìròyìn

絵画
kíkunlé

ポスター
àlẹ̀mọ́

ラジオ
redio

メモ帳
ìkọ̀wé

掃除機
ufa

サボテン
kakitọsi

ろうそく
àbẹ́là

台所

ilé ìdáná

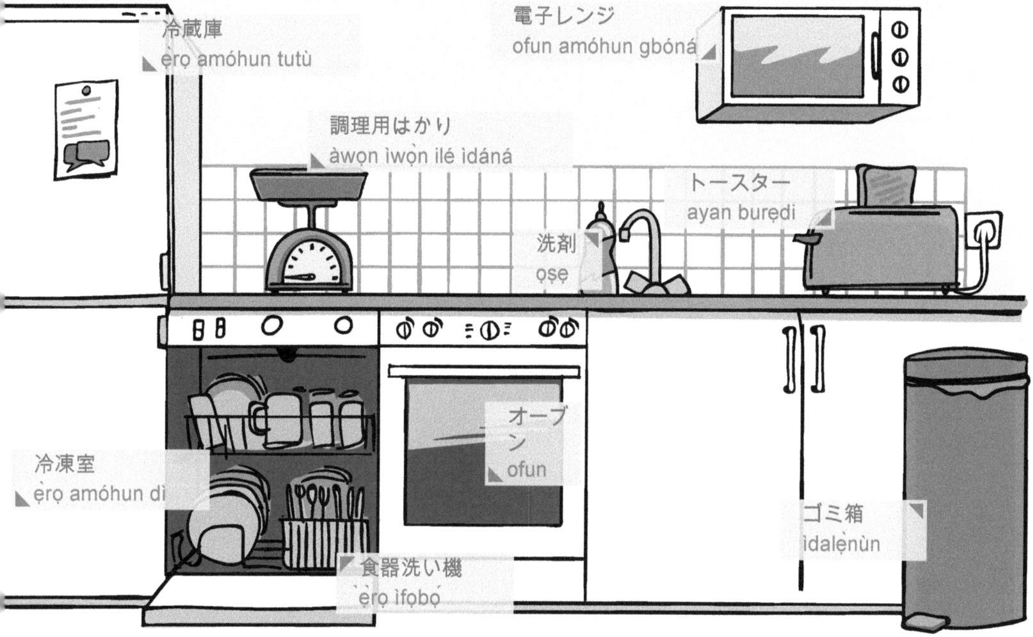

冷蔵庫
ẹ̀rọ amóhun tutù
電子レンジ
ofun amóhun gbóná
調理用はかり
àwọn ìwọ̀n ilé ìdáná
トースター
ayan burẹdi
洗剤
ọṣẹ
オーブン
ofun
冷凍室
ẹ̀rọ amóhun dì
ゴミ箱
ìdalẹ̀nùn
食器洗い機
ẹ̀rọ ìfọbọ̀

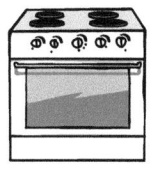

こんろ

ìdáná

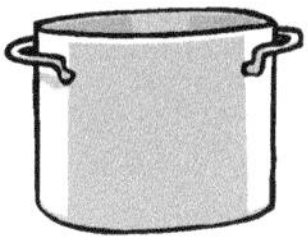

鍋

ìṣasun

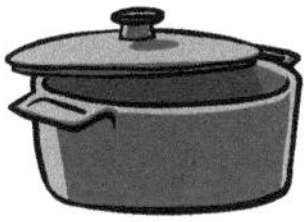

鉄鍋

ìṣasun irin

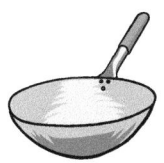

中華鍋/ カダイ鍋

wok / kadai

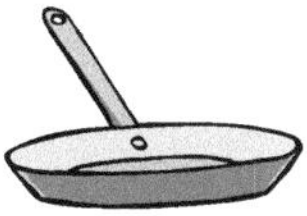

フライパン

panu

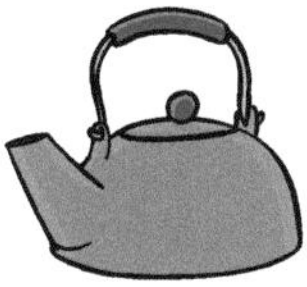

やかん

kẹturu

蒸し器

amoru

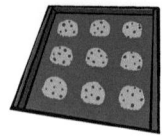

天板

pẹpẹ ìdáná

食器

dídáná

マグカップ

ife gilasi

ボウル

àdému

箸

igi ịjẹun

おたま

ladu

へら

ṣíbí kòtò

泡立て器

wisiki

こし器

sitirena

ふるい

aṣẹ́

すりおろし器

gireta

すり鉢

odó

バーベキュー

àsun

かまど

ibi ìdáná

まな板
pẹpẹ gígé

麺棒
igi ilọ̀

栓抜き
kọkisukuru

缶
agolo

缶切り
olùṣí agolo

鍋つかみ
àdìmú ìṣasun

流し
kòtò

ブラシ
burọṣi

スポンジ
kaninkanin

ミキサー
ẹ̀rọ ilọta

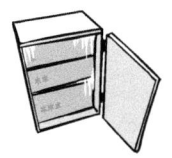

冷凍庫
ẹ̀rọ amóhun dì oníkòtò

哺乳瓶
ohun ìjẹun ọmọdé

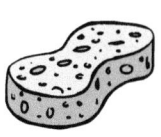

蛇口
ẹnu ẹrọ omi

浴室

ilé ìwẹ̀

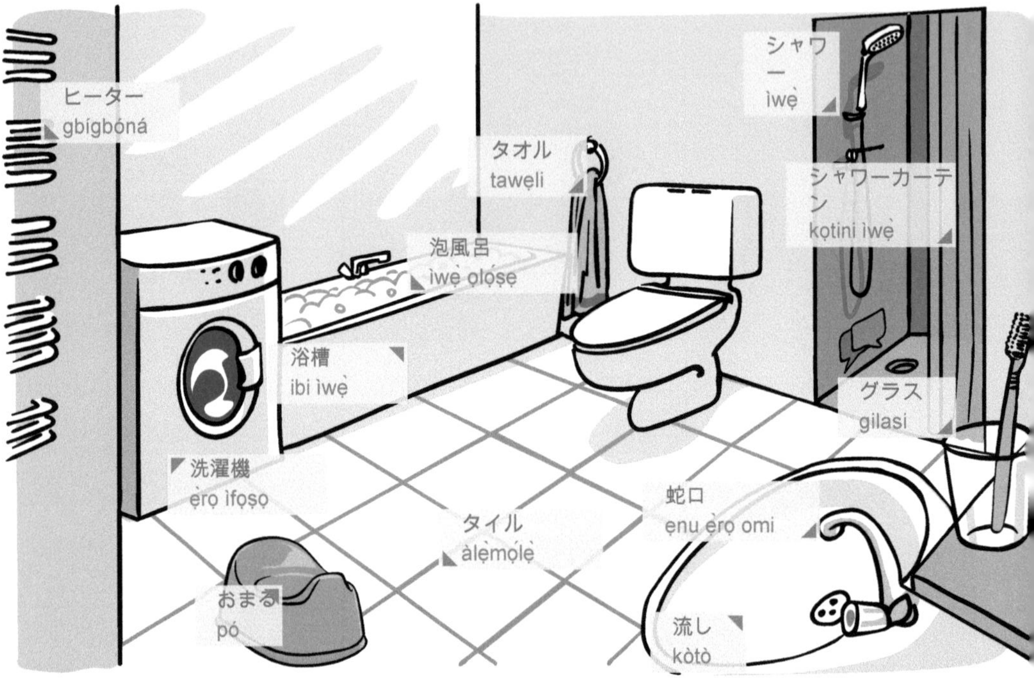

ヒーター
gbígbóná
タオル
tawẹli
シャワー
ìwẹ̀
シャワーカーテン
kọtini ìwẹ̀
泡風呂
ìwẹ̀ ọlọ́ṣẹ
浴槽
ibi ìwẹ̀
グラス
gilasi
洗濯機
ẹ̀rọ ìfọṣọ
蛇口
ẹnu ẹ̀rọ omi
タイル
àlẹ̀mọ́lẹ̀
おまる
pó
流し
kòtò

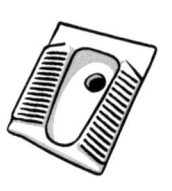

トイレ

ibi ìyàgbẹ́

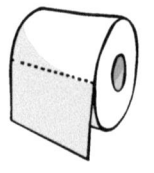

和式トイレ

ibi ṣálángá

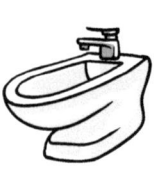

ビデ

bidẹti

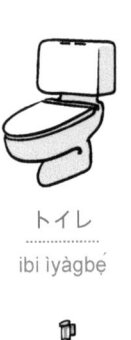

小便器

títọ̀

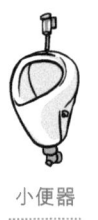

トイレットペーパー

pépa ibi ìyàgbẹ́

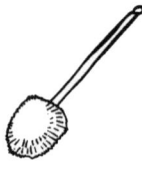

トイレブラシ

burọṣi ibi ìyàgbẹ́

歯ブラシ

igi ifọnu

歯みがき

ọṣẹ ifọnu

デンタルフロス

filọsi eyin

洗う

fọṣọ

シャワーヘッド

iwẹ̀ ọlọ́wọ́

ハンドビデ

doṣi

洗面台

basin

ボディブラシ

burọṣi ẹ̀yin

石鹸

ọṣẹ

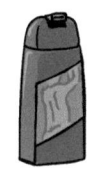

シャワー用ジェル

gẹli iwẹ̀

シャンプー

ọ̀ṣẹ irun

浴用タオル

filanẹni

排水口

sẹ

クリーム

ìpara

消臭

olóòrùn dídún

浴室 - ilé ìwẹ̀ 39

鏡

dingi

手鏡

díngi ọwọ́

かみそり

abẹ

シェービング・フォーム

fomu ifárungbọn

アフターシェーブローショ
ン

lẹ́yìn ifárungbọn

櫛

ìyarun

ブラシ

burọṣì

ドライヤー

agbẹrun

ヘアスプレー

ìparun

化粧

ìmúra

口紅

ìtọ́tè

マニキュア

fanìṣi èkaná

脱脂綿

òwú

爪切り

sisọsi èkaná

香水

pafumu

洗面用具入れ

báàgì iwẹ̀

スツール

àga

体重計

ìwọ̀n

バスローブ

okùn iwẹ̀

ゴム手袋

ìbọ́wọ́ rọbà

タンポン

tampun

生理用ナプキン

ìnuwọ́

ケミカルトイレ

ṣálángá kẹmika

子供部屋

yàrá ọmọdé

目覚まし時計
aago ìtaniji
ぬいぐるみ
iṣeré
おもちゃの自動車
ọkọ̀ iṣeré
がらがら
ratu
ドール・ハウス
ilé bèbí
プレゼント
ẹ̀bùn

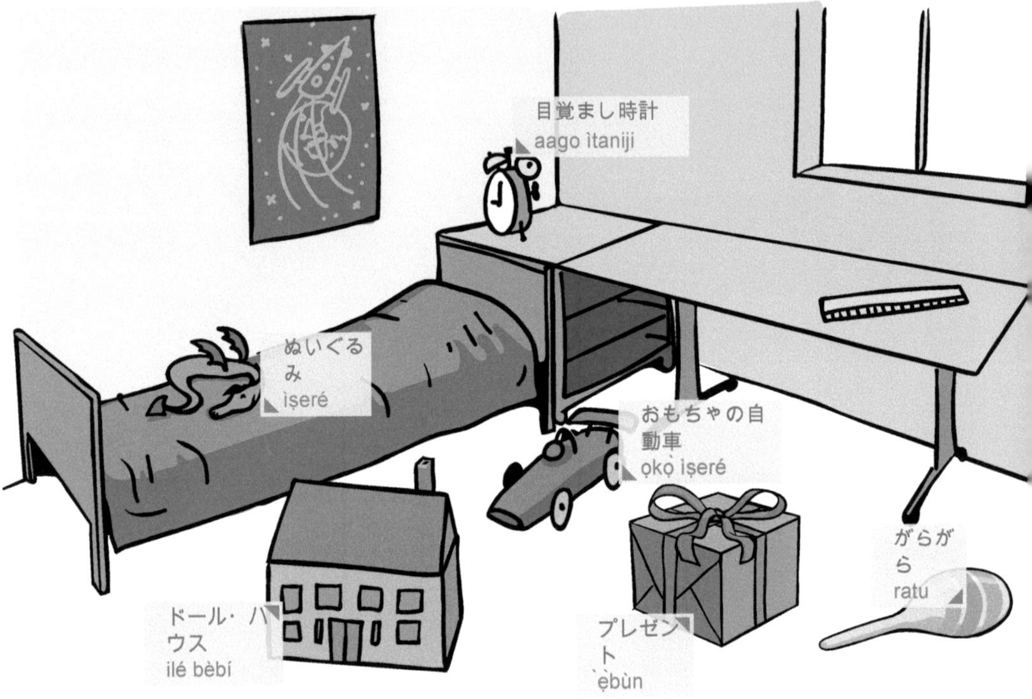

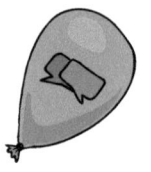

風船

fèrè

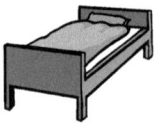

ベッド

ibùsùn

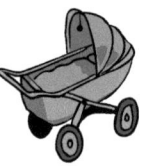

ベビーカー

ìgbọ́mọ

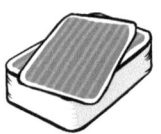

カードゲーム

àpapọ̀ káàdì

ジグソーパズル

ayùn

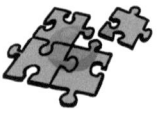

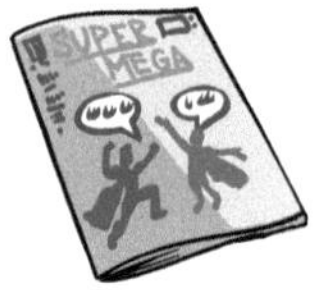

漫画

àwàdà

レゴ

àwọn biriki

玩具ブロック

ohun iṣeré

アクションフィギュア

figo iṣe

ロンパース

ìdàgbàsókè

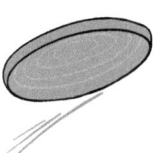

フリスビー

firisibi

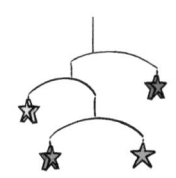

モバイル

alágbèéká

ボードゲーム

eré pẹpẹ

さいころ

daisi

鉄道模型

àkópọ̀ ìkọ́ni àwọ̀ṣe

おしゃぶり

dọmi

パーティー

ayẹyẹ

絵本

ìwé àwòrán

ボール

bọ́ọ̀lù

人形

bèbí

遊ぶ

ṣeré

砂場

kòtò yẹpẹ̀

ブランコ

jangilofa

おもちゃ

àwọn ìṣeré

ゲーム機

kọ́nsolu iṣeré fídíò

三輪車

ẹlẹ́ṣẹ mẹ́ta

テディベア

bèbí ọmọdé

衣装ダンス

ibi ìkàṣọsi

衣服

aṣọ

靴下

sọkisi

ストッキング

sitọkin

タイツ

ṣọkòtò

スカーフ
sikafu

雨傘
agbòjò

Tシャツ
t-ṣetí

ベルト
ìgbànú

ブーツ
bàtà

スリッパ
salubata

スニーカー
àwọn olùkọni

サンダル	靴	ゴム長靴
salubata	bàtà	bàtà òjò

パンツ	ブラ	ベスト
pátá	kọmú	fẹsiti

衣服 - aṣọ   45

ボディースーツ

ara

ズボン

ṣòkòtò

ジーンズ

kakí

スカート

sikẹti

ブラウス

bulausi

シャツ

ṣẹti

セーター

dúró

パーカー

ìbòrí

ブレザー

aṣọ òkè

ジャケット

aṣọ otútù

コート

kotu

レインコート

aṣọ òjò

服装

ìmúra

ドレス

wọṣọ

ウェディングドレス

aṣọ ìgbéyàwó

スーツ

sutu

ナイトガウン

aṣọ àwọsùn

パジャマ

pijama

サリー

sari

ヘッドスカーフ

gèlè

ターバン

tọbanu

ブルカ

bọka

カフタン

kafitani

アバヤ

abaya

水着

aṣọ iwẹdò

トランクス

aṣọ àwọsókè

半ズボン

penpe

スウェットスーツ

kotu

エプロン

aṣọ ìdáná

手袋

ìbọwọ

ボタン

bo̩tìnnì

メガネ

awò

ブレスレット

e̩gbà o̩wó̩

ネックレス

e̩gbà o̩rùn

指輪

òrùka

イヤリング

gbígbo̩

帽子

filà

ハンガー

ìkó̩ kotu

帽子

àke̩te̩

ネクタイ

tai

ファスナー

sipu

ヘルメット

koto

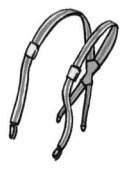

サスペンダー

bìresì

制服

aşo ilé-ìwé

ユニフォーム

yunifo̩mu

よだれかけ

bibu

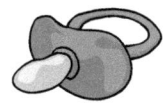

おしゃぶり

ḍomi

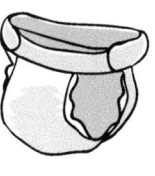

おむつ

ìlédìí

オフィス
ọfisi

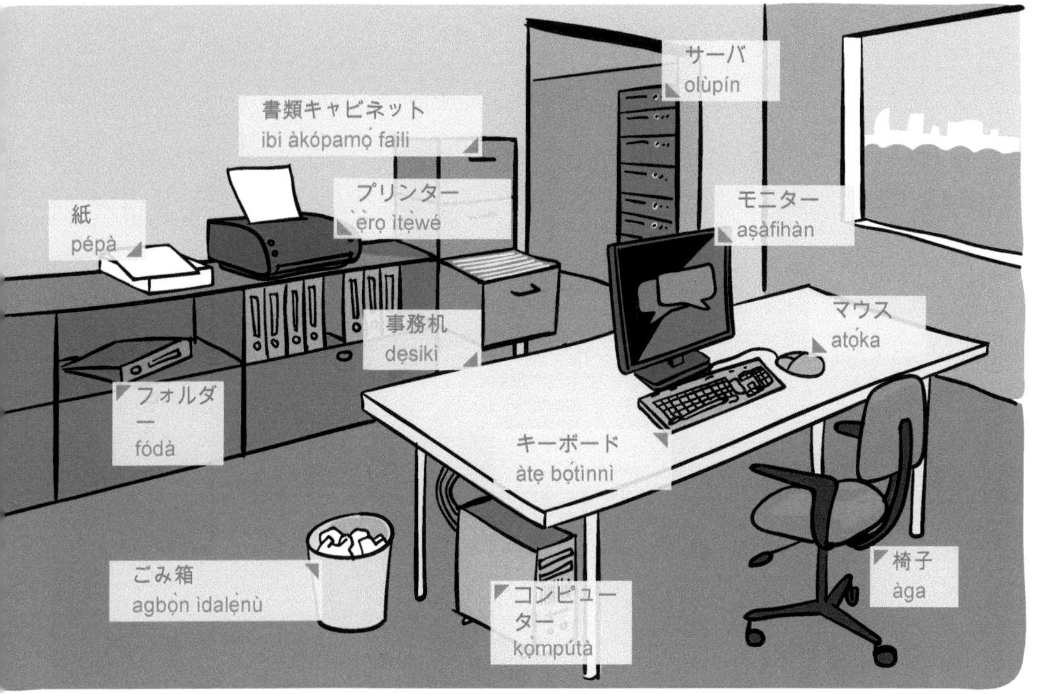

サーバ
olùpín

書類キャビネット
ibi àkópamọ́ faili

プリンター
èrọ ìtẹ̀wé

紙
pépà

モニター
aṣàfihàn

マウス
atọka

事務机
dẹsiki

フォルダー
fódà

キーボード
àtẹ bọtìnnì

ごみ箱
agbọ̀n ìdalẹ̀nù

コンピューター
kọmpútà

椅子
àga

コーヒーマグ

ife kọfí

計算機

èrọ ìṣirò

インターネット

ayélujára

ラップトップ

kọmpútà àgbélétan

手紙

lẹ̀tà

メッセージ

ifíránṣẹ́

携帯電話

alágbèéká

ネットワーク

nẹ́tíwọ̀kì

コピー機

ẹ̀rọ ẹdà

ソフトウェア

sọftwia

電話

ẹ̀rọ ìbánisọ̀rọ̀

コンセント

ihò iná

ファックス

ẹ̀rọ fakisi

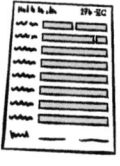

フォーム

fọ́ọ̀mù

書類

ìwé àkọsílẹ̀

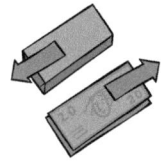

買う

rà

支払う

sanwó

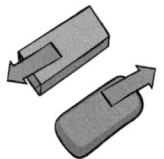

取引する

ṣòwò

お金

owó

ドル

dọla

ユーロ

yuro

円

yẹni

ルーブル

rọbu

スイスフラン

Siwisi frans

人民元

renminbi yuan

ルピー

rupi

キャッシュポイント

ibi owó

両替所

ibi ìpàrọ owó

金

wúrà

銀

fàdákà

油

epo

エネルギー

agbára

価格

iye

契約

àdéhùn

税金

owó orí

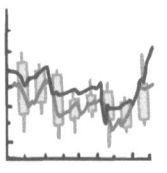

株

ìpín ọjà

働く

ṣiṣẹ́

従業員

òṣìṣẹ́

雇用主

agbani síṣẹ́

工場

ilé iṣẹ́

ショップ

isọ

経済 - ọrọ̀ ajé

職業

àwọn iṣẹ́ ààyò

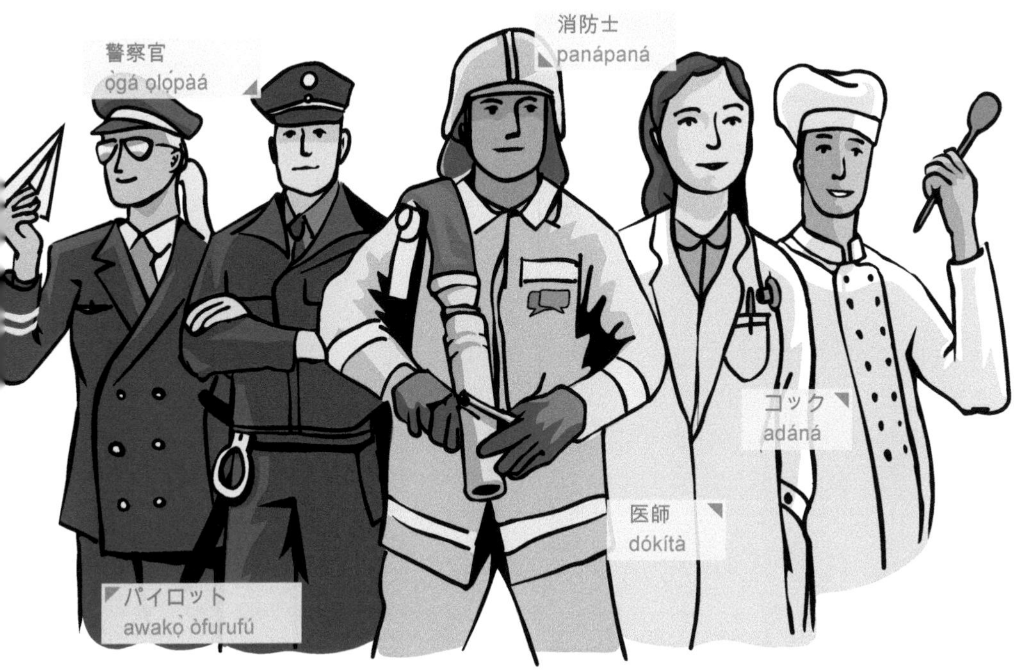

警察官
ọ̀gá ọlọ́pàá
消防士
panápaná
コック
adáná
医師
dókítà
パイロット
awakọ̀ òfurufú

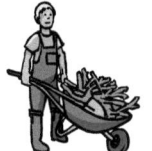

庭師

ológbà

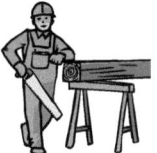

大工

gbẹ́nàgbẹ́nà

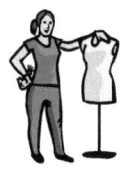

お針子

aránṣọ

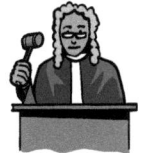

裁判官

adájọ́

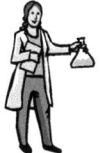

化学者

olóògùn

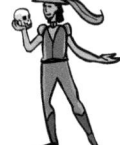

俳優

òṣèré

バスの運転手

awakọ̀ èrò

タクシー運転手

awakọ̀ èrò

漁師

apẹja

掃除婦

omidan agbálẹ̀

屋根ふき職人

kanlékanlé

ウェイター

agbóunjẹ

ハンター

ọdẹ

塗装工

akunlé

パン屋

olùṣe ìyẹ̀fun

電気工

aṣàtúnṣe iná

建設作業員

akọ́lé

エンジニア

amojú ẹ̀rọ

肉屋

alápatà

配管工

pulọmba

郵便配達人

afiwé ránṣẹ́

軍人
jagunjagun

建築家
ayàwòrán ilé

レジ係
akawó

花屋
olódòdó

美容師
aṣerun lóge

車掌
adarí èrò

機械工
aṣàtúnṣe ọkọ̀

キャプテン
adarí

歯科医
olùtọ́jú eyin

科学者
onímọ̀ ìjìnlẹ̀

ラビ
olùkọ́ni

イスラム導師
imamu

修道士
mọnki

牧師
òjíṣẹ́ Ọlọ́run

道具
àwọn irinṣẹ́

ハンマー
ewú
くぎ抜き
ẹ̀mú
ドライバー
àfide bootu
スパナ
sipana
懐中電灯
iná àfọwọ́tàn

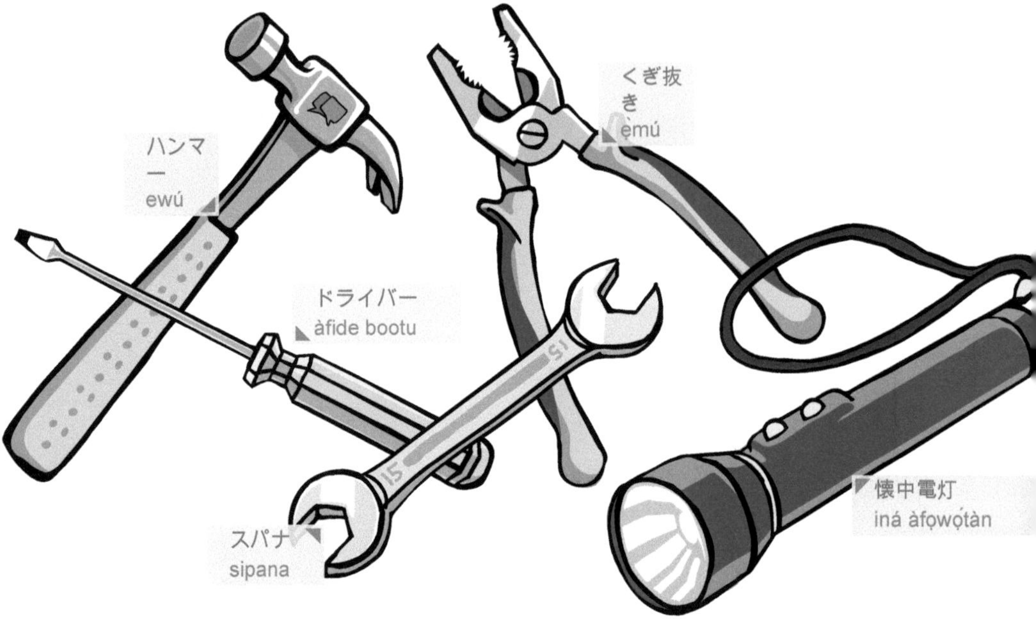

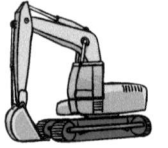

掘削機

jiga

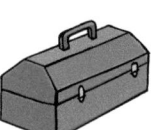

道具箱

àpótí irinṣẹ́

はしご

àgàsọ̀

のこぎり

ayùn

釘

ẹ̀ṣó

ドリル

ìlu

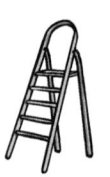

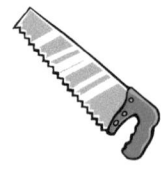

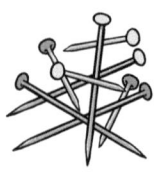

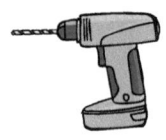

修理する
túnṣe

シャベル
ṣọ́bìrì

クソ！
Adágún!

ちりとり
igbá ìdọ̀tí

ペンキ缶
kòkò ọ̀dà

ネジ
bootu

楽器
àwọn irinṣẹ́ orin

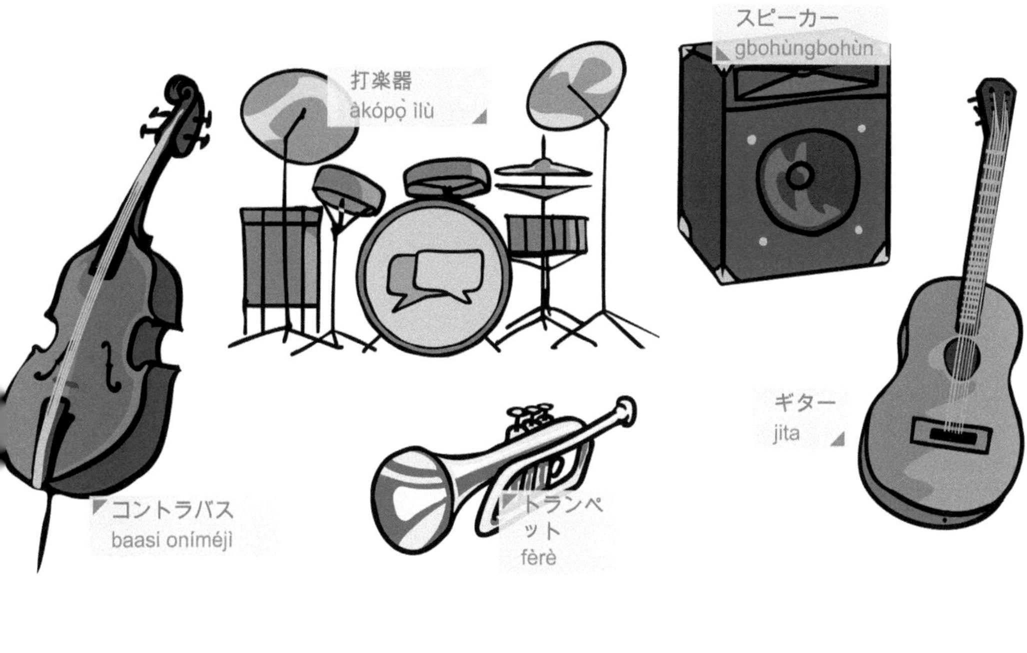

打楽器
àkópọ̀ ìlù

スピーカー
gbohùngbohùn

ギター
jita

▼コントラバス
baasí oníméjì

トランペット
fèrè

ピアノ

dùrù

バイオリン

faolin

バス

baasi

ティンパニ

timpani

ドラム

àwọn ìlù

キーボード

kiibọdu

サックス

sasofonu

フルート

fèrè ìpè

マイクロフォン

ẹ̀rọ gbohùngbohùn

動物園

ibi ẹranko

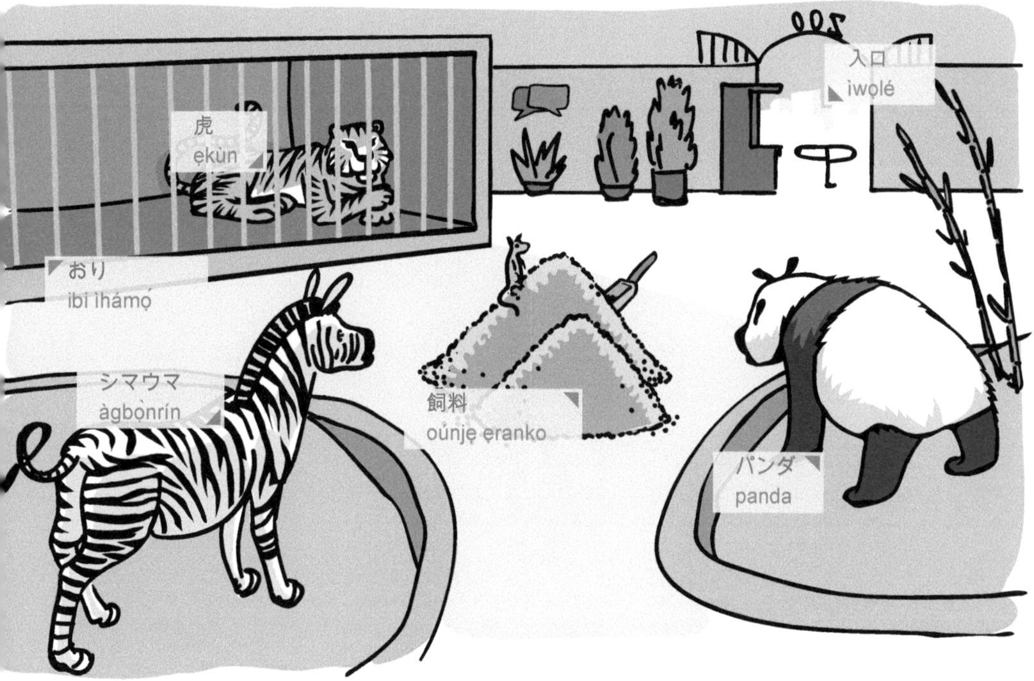

入口
iwọlé
虎
ẹkùn
おり
ibi ìhámọ́
シマウマ
àgbọ̀nrín
飼料
oúnjẹ ẹranko
パンダ
panda

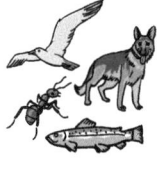

動物

àwọn ẹranko

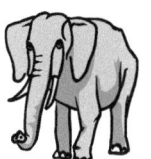

象

erin

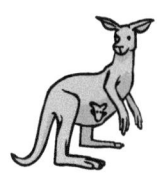

カンガルー

kangaruu

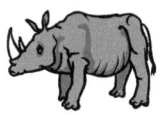

サイ

raino

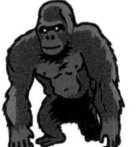

ゴリラ

ọ̀bọ lagido

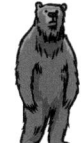

熊

biari

ラクダ

kẹtẹkẹtẹ

ダチョウ

ẹyẹ agùnlọrùn

ライオン

kìnìún

猿

ọbọ

フラミンゴ

yọjayọja

オウム

ayékòótọ́

白クマ

biari omi

ペンギン

pinguin

サメ

ṣaki

クジャク

ọ̀kín

蛇

ejò

ワニ

ọ̀nì

飼育係

olùtọ̀jú ibi ẹranko

アザラシ

sili

ジャガー

jagua

ポニー

poni

ヒョウ

ẹkùn

カバ

ẹran omi

キリン

jirafi

鷲

àṣá

雄豚

ẹlẹ́dẹ̀ igbó

魚

ẹja

亀

ìjàpá

セイウチ

wọrọsi

狐

kòlòkòlò

ガゼル

gasẹli

アメフト
Bọ́ọ̀lù àfẹsẹ̀gbá Amẹrika

サイクリング
kẹkẹ

テニス
tẹnisi

バスケットボール
bọ́ọ̀lù agbọ̀n

水泳
ìwẹ odò

ボクシング
ẹlẹsẹ̀ẹ̀

アイスホッケ
ọki yìnyín

サッカー
bọ́ọ̀lù àfẹsẹ̀gbá

バドミントン
badmintin

陸上競技
àwọn tí ń sáré

ハンドボール
bọ́ọ̀lù ọlọ́wọ́

スキー
eré orí yìnyín

ポロ
polo

活動
àwọn iṣẹ́

跳ぶ
fò
笑う
rẹ́rìín
抱きしめる
dìmọ́
歌う
kọrin
歩く
rìn
夢見る
àlá
祈る
gbàdúrà
キス
fẹnukò

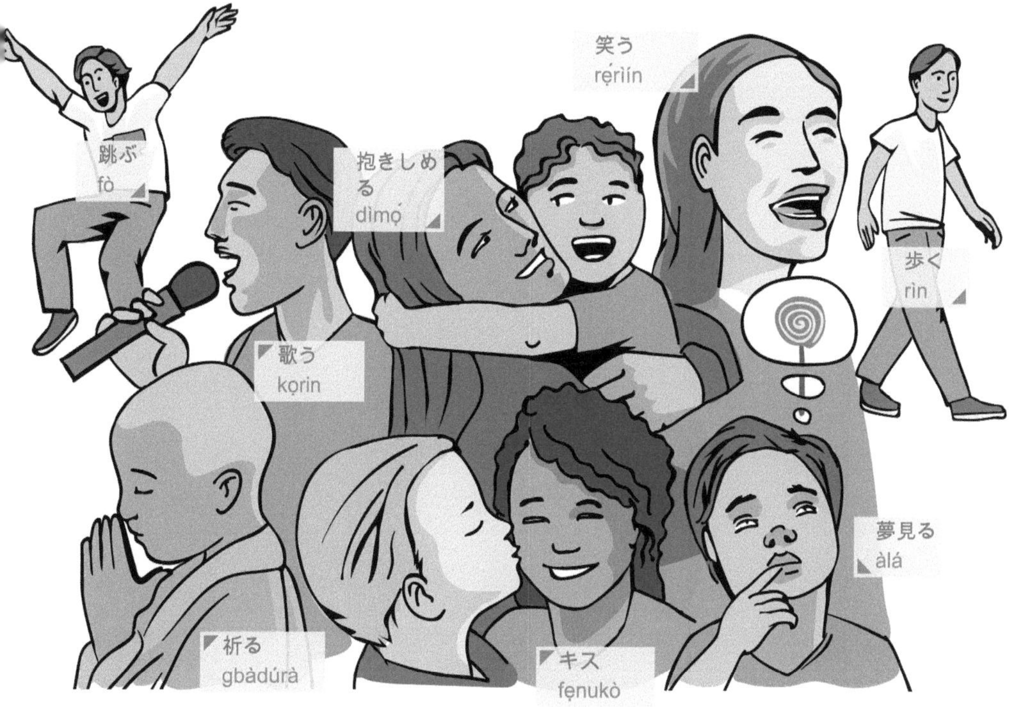

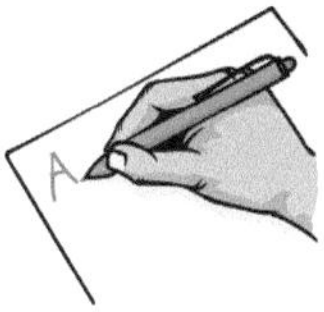

書く
kọ̀wé

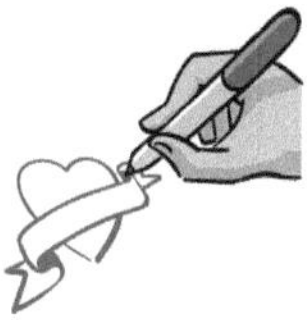

描く
yàwòrán

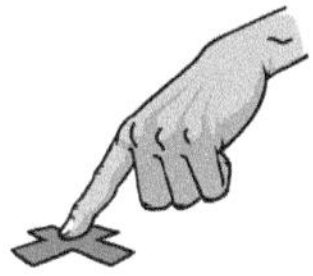

示す
fihàn

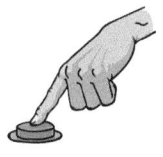

押す
tì

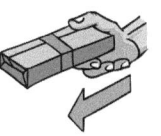

与える
funni

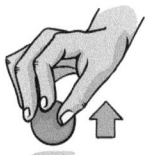

取る
mú

持っている

ní

する

ṣe

ある

jẹ́

立つ

dúró

走る

sáré

引く

fà

投げる

jù

落ちる

ṣubú

横たわっている

parọ́

待つ

dúró

運ぶ

gbé

座る

jókòó

着る

múra

眠る

sùn

目が覚める

jí

見る

wo

泣く

kígbe

なでる

ọpá

櫛ですく

ìlarun

話す

sọrọ

理解する

lóye

質問する

bèrè

聞く

tẹtí

飲む

omi

食べる

jẹun

片づける

palẹmọ

愛する

ìfẹ́

料理する

dáná

運転する

wakọ

飛ぶ

fò

ヨットに乗る

ìgbín

計算する

ṣírò

読む

kàwé

学ぶ

kọ́

働く

ṣiṣẹ

結婚する

gbéyàwó

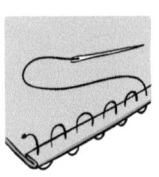

縫う

ránṣọ

歯を磨く

fọ eyín

殺す

pa

喫煙する

mu sìgá

送る

firánṣẹ

家族

ẹbí

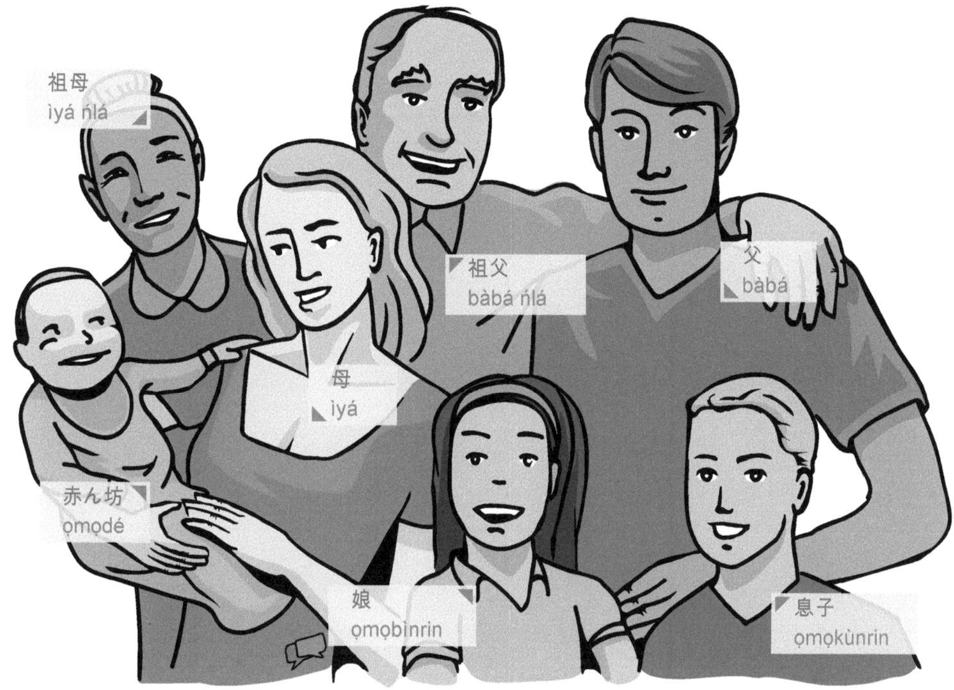
祖母
ìyá ńlá
祖父
bàbá ńlá
父
bàbá
母
ìyá
赤ん坊
ọmọdé
娘
ọmọbìnrin
息子
ọmọkùnrin

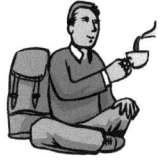

お客様

àlejò

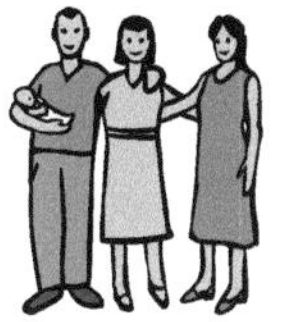

おば

àbúrò ìyá

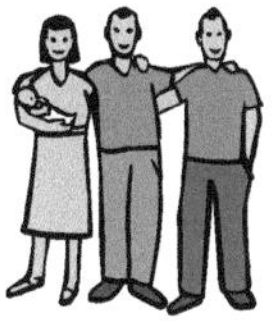

おじ

àbúrò bàbá

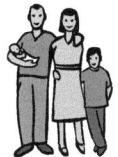

兄弟

arákùnrin

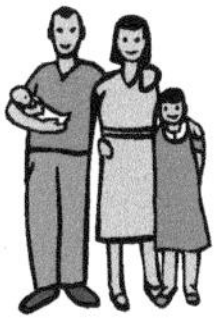

姉妹

arábìnrin

体

ara

ひたい
iwájú orí
目
ẹyinjú
肩
èjìká
指
ìka
顔
ojú
あご
àgbọ̀n
手
ọwọ́
胸
ọyàn
脚
ẹsẹ̀
腕
apá

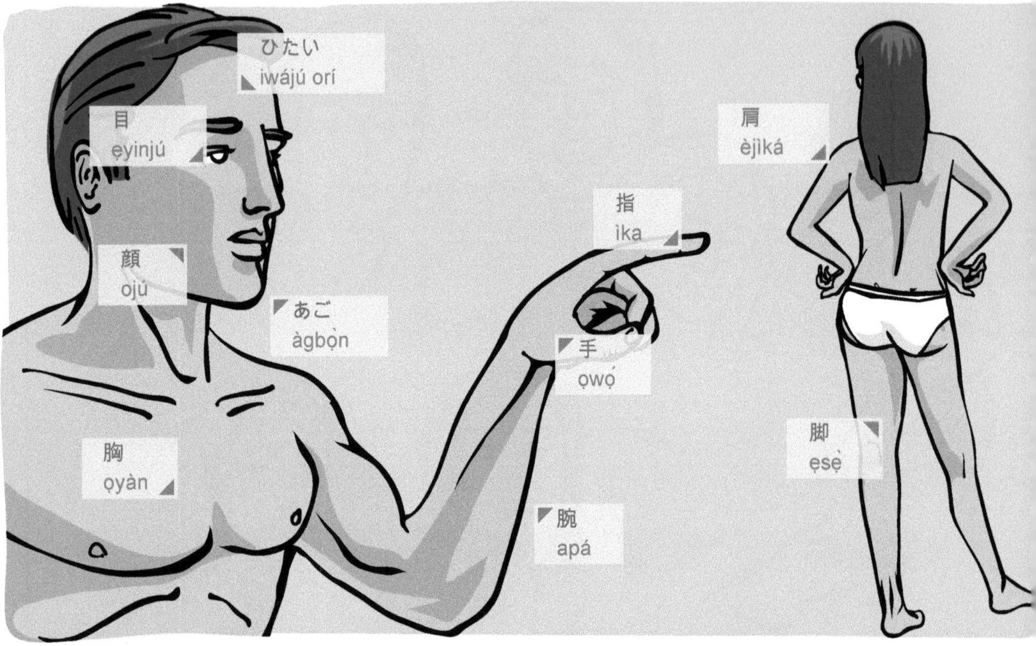

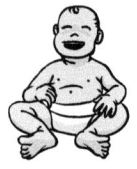

赤ん坊

ọmọdé

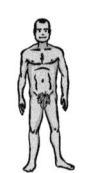

男性

ọkùnrin àgbà

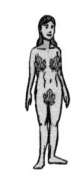

女性

obìnrin àgbà

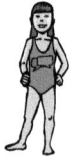

少女

obìnrin

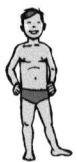

少年

ọkùnrin

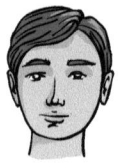

頭

orí

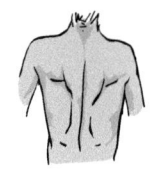

背中

ẹ̀yìn

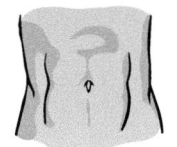

腹

inú

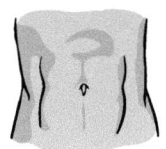

へそ

ìdodo

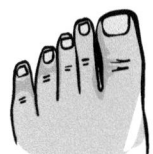

足指

ìka ẹsẹ̀

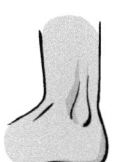

かかと

ẹ̀yìn ẹsẹ̀

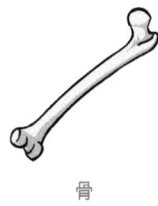

骨

egungun

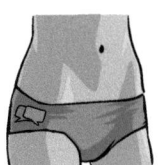

腰

ìbàdí

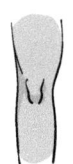

ひざ

orúnkún

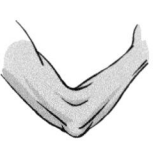

ひじ

ìgúpá

鼻

imú

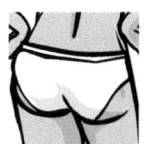

尻

ìdí

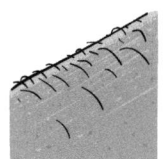

皮膚

awọ

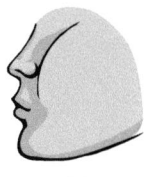

頬

ẹ̀rẹkẹ́

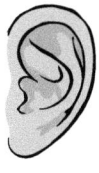

耳

etí

唇

ètè

口

ẹnu

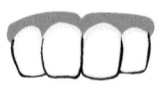

歯

eyín

舌

ahọ́n

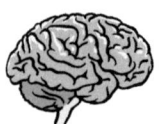

脳

ọpọlọ

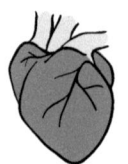

心臓

ọkàn

筋肉

iṣan

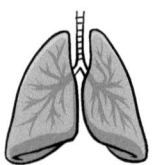

肺

ìfun

肝臓

ẹ̀dọ̀

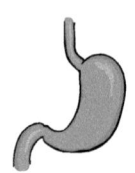

胃

ikùn

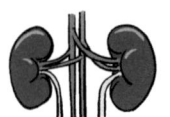

腎臓

kíndirín

セックス

ìbálòpọ̀

コンドーム

rọ́bà àbò

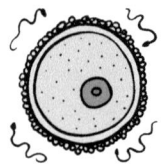

卵細胞

ofumu

精液

àtọ̀

妊娠

oyún

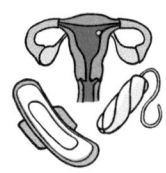

月経

ǹkan oṣù

膣

òbò

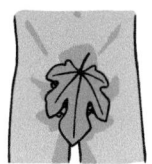

ペニス

okó

眉

ìpénpéjú

髪

irun

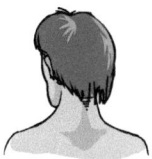

首

ọrùn

病院
ilé ìwòsàn

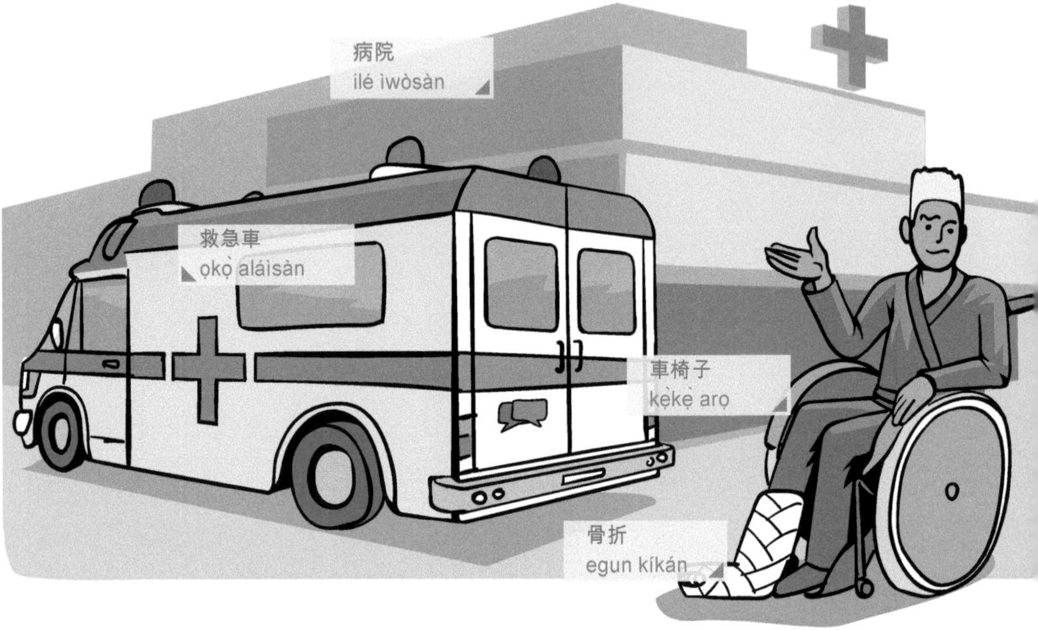

病院
ilé ìwòsàn
救急車
ọkọ̀ aláìsàn
車椅子
kẹ̀kẹ́ arọ
骨折
egun kíkán

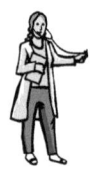

医師
dókítà

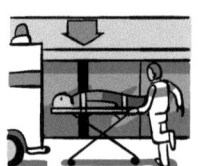

救急治療室
yàrá pàjáwìrì

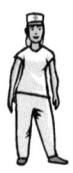

看護師
nọ́ọ̀sì

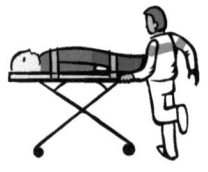

救急
pàjáwìrì

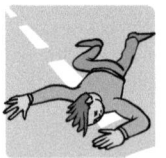

失神
dákú

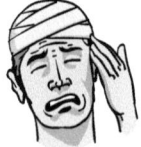

痛み
ìrora

けが

egbò

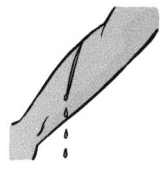

出血

ẹ̀jẹ̀ dídà

心臓発作

àìsàn ọkàn

脳卒中

rọpárọsẹ

アレルギー

àlébù ògùn

咳

ikọ

熱

ibà

インフルエンザ

ọ̀finkìn

下痢

ìgbẹ́ gburu

頭痛

ẹ̀fọrí

癌

jejere

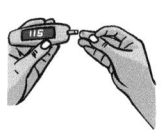

糖尿病

ìtọ̀ súgà

外科医

alábẹ

外科用メス

abẹfẹ́lẹ́

手術

iṣẹ́ abẹ

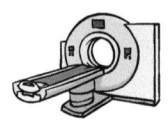

CT

CT

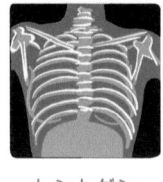

レントゲン

x-ray

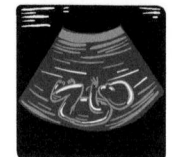

超音波

ọtirasandi

マスク

aṣọ ìbòjú

病気

àrùn

待合室

yàrá ìdúró

松葉づえ

òpá

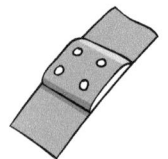

ばんそうこう

àlẹ̀mọ́

包帯

aṣọ àfiwé

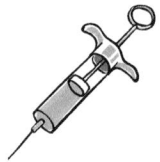

注射

abẹ́rẹ́

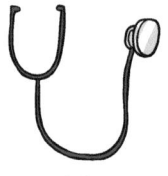

聴診器

àyẹ̀wò ẹ̀émì

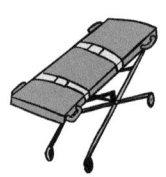

担架

àtẹ aláìsàn

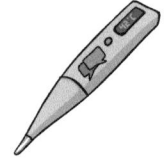

体温計

ẹ̀rọ ìwọ̀n oru ilé ìwòsàn

出産

ìbí

肥満

ìsanrajù

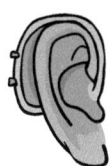

補聴器

ẹrọ àfigbọrọ̀

消毒剤

apa kòkòrò

感染

àkóràn

ウイルス

kòkòrò

HIV / エイズ

Àrùn HIV / AIDS

内服薬

ògùn

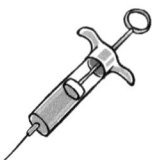

予防接種

àjẹsára

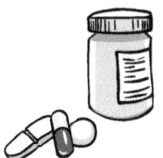

錠剤

tabulẹti

ピル

ògùn

緊急電話

ìpè pàjáwìrì

血圧計

atọpinpin ẹ̀jẹ̀ ríru

病気の / 健康な

àìsàn / lera

助けて！
Ìrànlọ́wọ́!

アラーム
ìtanijí

暴行
ìluni

攻撃
ìdójukọ

危険
ewu

非常口
ìjáde pàjáwìrì

火事だ！
Iná!

消火器
panápaná

事故
ìjàmbá

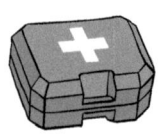

救急箱
àpótí ìtọ́jú aláìsàn

SOS
SOS

警察
ọlọ́pàá

ヨーロッパ

Yuropu

北米

North Amerika

南米

South Amerika

アフリカ

Afirika

アジア

Esia

オーストラリア

Ọsirelia

大西洋

Atlantic

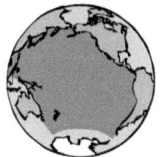

太平洋

Pacific

インド洋

Indian Ocean

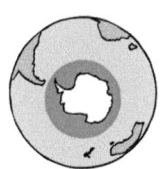

南極海

Antarctic Ocean

北極海

Arctic Ocean

北極

Òpó Ìlà Òrùn

南極

Òpó Ìwọ̀ Òrùn

南極大陸

Antarctica

地球

Ayé

陸

ilẹ̀

海

òkun

島

erékùsù

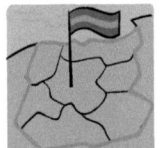

国家

orílẹ̀-èdè

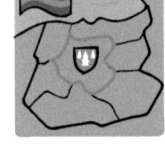

国家

ìpínlẹ̀

文字盤

ojú aago

短針

ọwọ́ wákàtí

長針

ọwọ́ ìṣẹ́jú

秒針

ọwọ́ ìṣẹ́jú àáyá

何時ですか？

Kínni aago sọ?

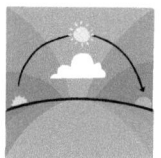

日

ọjọ́

時間

àkókò

現在

báyìí

デジタル時計

aago onínọ́mbà

分

ìṣẹ́jú

時間

wákàtí

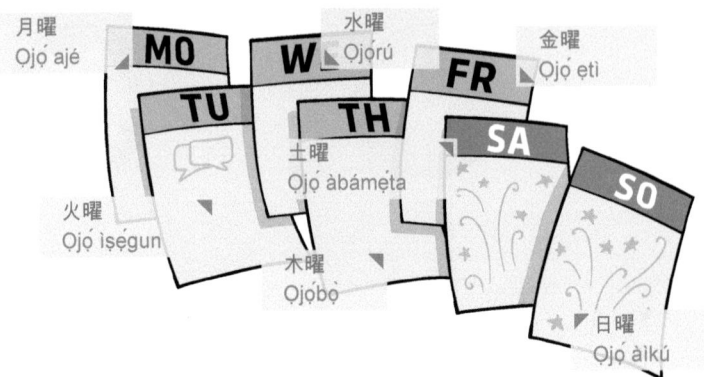

月曜 Ojọ́ ajé
水曜 Ojọ́rú
金曜 Ojọ́ ẹtì
火曜 Ojọ́ iṣẹ́gun
土曜 Ojọ́ àbámẹ́ta
木曜 Ojọ́bọ
日曜 Ojọ́ àìkú

昨日

àná

今日

òní

明日

ọ̀la

朝

àárọ̀

昼

ọ̀sán

夜

ìrọ̀lẹ́

MO	TU	WE	TH	FR	SA	SU
1	2	3	4	5	6	7
8	9	10	11	12	13	14
15	16	17	18	19	20	21
22	23	24	25	26	27	28
29	30	31	1	2	3	4

営業日

àwọn ojọ́ iṣẹ́

MO	TU	WE	TH	FR	SA	SU
1	2	3	4	5	6	7
8	9	10	11	12	13	14
15	16	17	18	19	20	21
22	23	24	25	26	27	28
29	30	31	1	2	3	4

週末

ìparí ọ̀sẹ̀

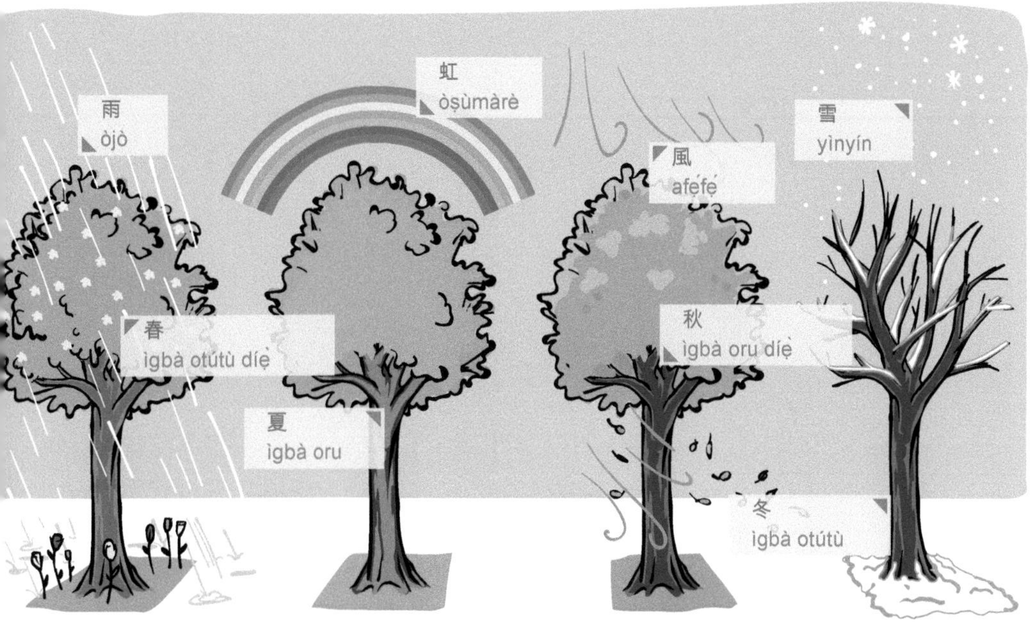

雨
òjò
虹
òṣùmàrè
風
afẹ́fẹ́
雪
yìnyín
春
ìgbà otútù díẹ̀
夏
ìgbà oru
秋
ìgbà oru díẹ̀
冬
ìgbà otútù

4.APRIL 11°
5.APRIL 4°
6.APRIL 13°
7.APRIL 8°
8.APRIL 10°

天気予報

ìsọtẹ́lẹ̀ ojú-ọjọ́

F
C
120
90
60
30
0
-30
40
30
20
10
0
-10
-20

温度計

ẹ̀rọ ìwọ̀n oru

日差し

ìtànsán òrùn

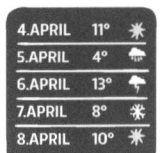

雲

òfurufú

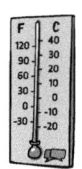

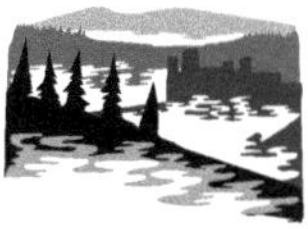

霧

ọ̀pọ̀lọ̀

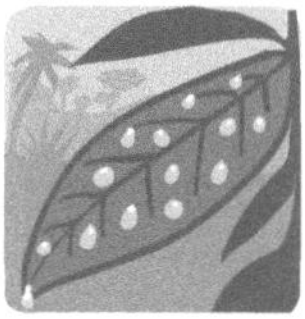

湿度

ọ̀gìnniti

雷

iná

雷

àrá

嵐

ijì

ひょう

kùrukùru

季節風

aféfẹ́

洪水

àgbàrá

氷

omi dídì

1月

Ọṣù kínní

2月

Ọṣù kejì

3月

Ọṣù kẹ̀ta

4月

Ọṣù kẹẹ́rin

5月

Ọṣù kaàrún

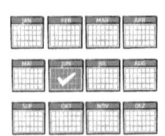

6月

Ọṣù kẹfà

7月

Oṣù keèje

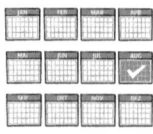

8月

Oṣù keẹ̀jọ

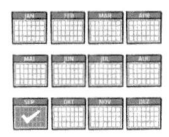

9月
Oṣù kẹẹ̀sán

10月
Oṣù keẹ̀wá

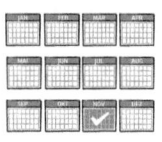

11月
Oṣù kọkànlá

12月
Oṣù kejìlá

形
àwọn ìrísí

円
róbótó

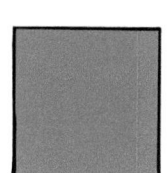

正方形
onígun mẹ́rin dọ́gba dọ́gba

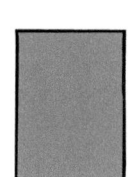

長方形
onígun mẹ́rin

三角
onígun mẹ́ta

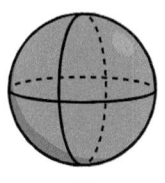

球
sifia

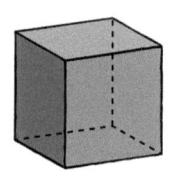

立方体
kubu

白

funfun

黄

yẹlo

オレンジ

olómi ọsàn

ピンク

pinki

赤

pupa

紫

pọpu

青

bulu

緑

aláwọ̀ ewé

茶

buranu

灰色

rẹ́súrẹ́sú

黒

dúdú

多い　/　少ない

ọ̀pọ̀ / níwọ̀nba

怒っている /
落ち着いている

bínnú / farabalẹ

美しい　/　醜い

rẹwà / òbùrẹwà

初め　/　終わり

bíbẹ̀rẹ̀ / òpin

大きい　/　小さい

ńlá / kékeré

明るい　/　暗い

mọ́lẹ̀ / dúdú

兄弟　/　姉妹

arákùnrin / arábìnrin

清潔な / 汚い

mímọ́ / dọ̀tí

完全な　/　不完全な

parí / àìparí

日中　/　夜

ọjọ́ / alẹ́

死んだ　/　生きている

kú / àyè

幅広い　/　狭い

fẹ̀ / tínrín

食べられる /
食べられない
jíję / àilèję

悪意のある / 親切な
ibi / dára

興奮している /
退屈している
dunnú / sísú

太った / 痩せた
tóbi / tínrín

最初に / 最後に
àkọkọ / ìgbẹyìn

友人 / 敵
ọrẹ / ọta

いっぱいの / 空の
kún / sófo

硬い / 柔らかい
le / rọ

重い / 軽い
wúwo / fúyẹ

空腹 / 喉の渇き
ebi / òhùngbẹ

病気の / 健康な
àìsàn / lera

違法な / 合法な
tàpá sófin / bá òfin mu

賢い / 愚かな
ọlọgbọn / òmùgọ

左に / 右に
òsì / ọtún

近い / 遠い
tòsí / jìnnà

新しい / 中古の

tuntun / àlòkù

何もない / 何かある

àìsí nkan / níní nkan

老いた / 若い

arúgbó / ọ̀dọ́

オン / オフ

tàn / kú

開いている /
閉まっている

ṣí / padé

静かな / うるさい

dákẹ́ / pariwo

裕福な / 貧乏な

lọ́rọ̀ / tòsì

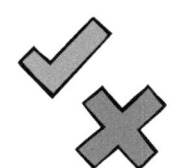

正しい / 間違っている

tọ̀nà / àìtọ̀nà

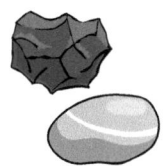

粗い / なめらか

àìdán / dán

悲しい / 幸せな

banújẹ́ / dunú

短い / 長い

kúrú / gùn

ゆっくり / 速い

lọra / yára

濡れた / 乾いた

tutù / gbẹ

温かい / 冷たい

lọ́wọ́rọ́ / otútù

戦争 / 平和

ogun / àlàfíà

0

ゼロ

òdo

1

1

méní

2

2

méjì

3

3

mẹ́ta

4

4

mẹ́rin

5

5

márùún

6

6

mẹ́fà

7

7

méje

8

8

mẹ̀jọ

9

9

mẹ́sàán

10

10

mẹ́wàá

11

11

mọ́kànlá

12

12
méjìlá

13

13
mẹ́tàlá

14

14
mẹ́rìnlà

15

15
mẹ́dogun

16

16
marundínlógún

17

17
mẹ́tàdínlógún

18

18
méjìdínlógún

19

19
mọ́kàndínlógún

20

20
ogún

100

100
ọgọ́rùún

1.000

1000
ẹgbẹ̀rún

1.000.000

100万
miliọnu

数 - nọ́mbà

言語

àwọn èdè

英語

Gẹ̀ẹ̀sì

アメリカ英語

Gẹ̀ẹ̀sì Ilẹ̀ Améríkà

中国標準語

Mandarini Ṣaina

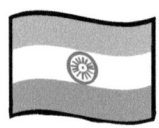

ヒンディー語

Hindi

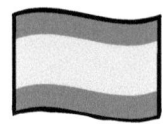

スペイン語

Sipaniṣi

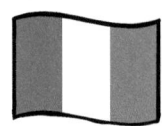

フランス語

Faransé

アラビア語

Lárúbáwá

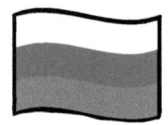

ロシア語

Rọṣia

ポルトガル語

Pọtugi

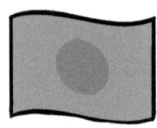

ベンガル語

Bẹngali

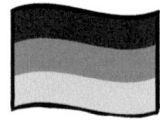

ドイツ語

Jamani

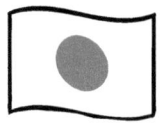

日本語

Japanisi

私

Èmi

あなた

ìwọ

彼 / 彼女 / それ

ọkùnrin / obìnrin / nkan

私たち

àwa

あなたたち

ìwọ

彼ら

àwọn

誰？

tani?

何？

kínni?

どうやって？

báwo?

どこ？

níbo?

いつ？

nígbà wo?

名前

orúkọ

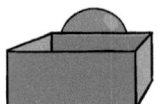

後ろ

léyìn

中

inú

前

níwájú

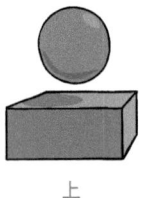

上

lókè

上

lórí

下

lábẹ́

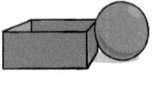

横

légbẹ̀ẹ́

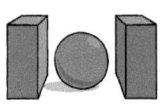

間

láàrín

場所

ibi